Workbook Manual

to accompany

Let's Speak Vietnamese

Lê Phạm Thúy-Kim

Arizona State University

***Workbook Manual to accompany Let's Speak Vietnamese**, 3ʳᵈ Edition*
Lê Phạm Thúy-Kim
ISBN – 978-0-9796015-8-3
Published by Lê-Nguyễn Press, 2022
Copyright 2007, 2019, 2022 by Lê Phạm Thúy-Kim
Printed in America

Request for permission to make copies of any part of this book should be mailed to:
Lê-Nguyễn Press
9802 S. 45ᵗʰ Place
Phoenix, AZ 85044

Cover design: Mai-Li Lê
Layout: Lê Phạm Thúy-Kim
Illustrations: Lê Phạm Thúy-Kim and public domain clip arts
Recordings: Lê Phạm Thúy-Kim and Lê Hùng Tiến

Contents

*Audio files for listening activities and other online activities can be accessed at:

https://presslenguyen.wixsite.com/lenguyenpress/wb-listen

To The Instructor

The *Writing and Reading Activities* for each main chapter reinforce the vocabulary and structures presented in *Let's Speak Vietnamese*. After completing a corresponding subsection in the textbook, the instructor can assign the appropriate exercises in the Workbook Manual. This section provides a variety of exercises to help students practice using new vocabulary and grammar points introduced in the lessons of the main text and develop reading and writing skills. Some of these exercises can be done as group or pair activities in class or as homework.

The *Listening Activities* section contains activities and questions based on the dialogues, monologues, or narratives recorded in the accompanying audio program. We have made every effort to provide students with authentic-sounding Vietnamese discourse, in both dialogues and monologues. However, in most exercises the instructions and questions are given in English, so that students do not have to spend a lot of time decoding written Vietnamese. In most listening activities, students can answer the questions without understanding every word in the recording. These activities can be done in class, language laboratory, or at the students' home as homework.

All spoken materials for the *Listening Activities* recorded in the audio program and the audio script are included in the *Instructor's Manual*. Please contact Le-Nguyen Press presslenguyen@gmail.com, to receive the information to access *Instructor's Manual*. Except for those exercises that require personalized and/or creative answers, the answers to all the writing, reading, and listening exercises are included in the *Instructor's Manual*.

To the Students

The *Writing and Reading Activities* section gives you the opportunity to use the vocabulary, expressions, and structures presented in the textbook as you practice expressing your ideas and thoughts in Vietnamese. We recommend that you go over the list of new vocabulary and structures presented in the lesson first. Then, the exercises in this section will provide extra practice and reinforcement for the vocabulary and structures you have just learned.

The *Listening Activities* section provides you with the opportunity to listen to spoken Vietnamese in a variety of contexts and to practice and test your listening skills. These listening exercises include multiple choice, true-false, fill-in-the-blank, and short answer types of questions for you to work on while listening to the audio files or after listening stage. The written instruction in English explains the tasks and usually provides you with a general idea of the context and the speakers of the dialogues or narratives. Remember that you do not have to understand every word you hear in order to complete the exercises.

Before doing the exercises in the *Listening Activities* section, we recommend following these steps:
1. Read the instruction to understand the topic and context of the recording. Then, guess what vocabulary might be used and figure out how much of it you already learned and know.
2. Review and study carefully the vocabulary given (if, any) after the instruction.
3. Listen to the recording once to figure out the gist, go over the information mentally, and absorb the vocabulary and structures used by the speaker (s).
4. Read the task questions and figure out what type of specific information you will need to get to answer them.
5. Now, listen to the recording again and concentrate on the information you need to find out.
6. If you are doing listening exercises at home as homework, you can listen to the recording as many times as necessary.

The recording can also be used to improve your pronunciation. After you can comprehend the gist of a recorded segment and complete task questions, listen to it again and pay attention to the speaker's pronunciation, intonation, and rhythm. Then, repeat after them and mimic them.

Have fun learning and practicing Vietnamese!

Lê Phạm Thúy-Kim
Arizona State University

CHAPTER 1 – Meeting People

TẬP VIẾT

A. Họ tên người Việt

You are helping your school secretary to record the names of some exchange students from Vietnam from the list sent by their school in Vietnam to your school's file. Remember <u>these names are listed by the</u> <u>Vietnamese order.</u>

Huỳnh Thị Thanh-Bình   *Phan Mạnh Duy*   *Nguyễn Thị Tuyết*
Hoàng Ngọc Lan   *Lê Hùng Tiến*   *Phạm Thị Nguyên-Ninh*

FIRST NAME   **MIDDLE NAME**   **LAST NAME**

_______________   _______________   _______________

_______________   _______________   _______________

_______________   _______________   _______________

_______________   _______________   _______________

_______________   _______________   _______________

_______________   _______________   _______________

B. Họ là người nước nào?

1. First, complete the following sentences.

Country/Nationality	Quốc tịch
America / American	Công nương Meghan Markle _______________________
England / English	Hoàng tử Harry _______________________
Italy / Italian	Nữ tài tử Sophia Loren _______________________
Japan / Japanese	Bà Yoko Ono _______________________
Australia / Australian	Ông Hugh Jackman _______________________
Germany / German	Cô Heidi Klum _______________________

2. Now, imagine you have a friend who doesn't know the nationality of these people. She/he either asks you about their nationality or mistaken them with someone from other countries. <u>Negate</u> what this friend mistakenly thought first, then <u>write your correct answers</u> using third pronouns.

Ví dụ: *Bà Yoko Ono <u>không phải là</u> người Hàn Quốc. Bà ấy <u>là</u> người Nhật.*

nhạc sĩ Ludwig van Beethoven ____

họa sĩ Michelangelo: ____

ca sĩ Adele: ____

nam diễn viên Jackie Chan: ____

C. Tự giới thiệu.

The following people want to write a short introduction about themselves but do not know Vietnamese.

1. Help them to write a couple sentences to introduce themselves and write their name the Vietnamese way.

a. Julio Vitulo – Italian

____

____

b. Mai-Li Lê – Vietnamese American

____

____

c. Aran Boonmee – Thai

____

____

d. Reika Tadashi - Japanese

____

____

e. Shin Oh - Korean

____

2. Write short paragraphs to introduce TWO of the above people whom you really want to meet, then introduce yourself.

____

____

____

____

D. Chào và hỏi tên

A female student approaches you in the hallway, looking for some students he has never met.

Write your half of the conversation. Be sure that what you say make sense with what she says.

Student: *Xin lỗi, tên anh/chị là Linh, phải không?*

You: ____

Student: *Ồ, xin lỗi anh/chị. Thế tên anh/chị là gì?*
You: ____

E. Giới thiệu bạn

Imagine you are at a welcome party of an exchange student program in Hà-Nội. The host of this party introduces a couple foreign students to you and others individually. When introduced, you greet the student and find out where he or she comes from. Write out **one** of those mini dialogues.

____

____

____

____

____

____

TẬP NGHE 🎧

A. Quốc tịch – *Nationality*

Audio **Chapter 1 #A** via: https://presslenguyen.wixsite.com/lenguyenpress/wb-listen

You are attending an international conference in Saigon. You are going to hear people talking about some of the delegates which come from many different countries. Listen to the conversations. How many countries/provinces/cities do you hear mentioned? <u>Number them</u> on the following list.

______ Nhật	______ Ý	______ Mỹ	______ Đà Lạt
______ Trung Quốc	______ Anh	______ Thái Lan	______ Cần Thơ
______ Đức	______ Úc	______ Hà Nội	______ Hải Phòng
______ Ca na đa	______ Pháp	______ Đà Nẵng	______ Huế

B. Giới thiệu – *Introductions*

Audio **Chapter 1 #B** via: https://presslenguyen.wixsite.com/lenguyenpress/wb-listen

Listen to the two mini dialogues. Write **Đ** (đúng) if the statement is correct and **S** (sai) if the statement is false and fill in the blanks with correct information.

1. Mark and Mary are talking to each other on the first day of a Vietnamese class.

    a. ______ Mark is Canadian.

    b. ______ Mary is from Australia.

    c. ______ This is a <u>formal conversation</u>. Why? Why not? ___________________________

    ____

2. Jim and Jane meet at a school gathering.

    a. ______ Jim is not from England. He is American.

    b. ______ Jane is English.

    c. ______ But she was born in Italy.

CHAPTER 2 - Personal Information

TẬP VIẾT & TẬP ĐỌC

A. Nghề nghiệp - *Occupations*

Which occupations would you recommend for the people who have made the following statements?
Write the occupations <u>in Vietnamese</u> in the following sentences:

1. -*I like to work in an office and interact with many people. I can type about 80 WPM.*

    -Tôi nghĩ chị sẽ thích làm nghề _______________________________________

2. -*I am good at taking care of people. I have a genuine concern about other people's well-being.*

    -Chắc chắn anh sẽ thích làm _____________________ hay (*or*) _____________________

3. -*I am fascinated with computers and advanced technology. I have a degree in computer science.*

    -Bạn nên xin việc (*apply for job*) _____________________ với hãng Google hay Microsoft.

4. -*I like to be around children. I am patient and love to share my knowledge with others.*

    -Thế thì cô nên làm nghề _____________________ hay _____________________

5. -*I am an analytical and eloquent person and I am not afraid of public speaking. I also pay much*

    attention to details.

    -Mình tin rằng anh sẽ thích học ngành_____________________ hay làm_____________________.

B. Nơi làm việc và nơi sinh sống – *Places of work and places of residence*

Answer the following questions in <u>full and complete sentences</u> based on the picture cues below.

1. Anh Long làm việc ở đâu?

2. Chị Mai sống ở thành phố nào?

_______________________________   _______________________________

3. Chị Chi làm kỹ sư ở công ty nào?

4. Minh à, em đi đâu đó?

____

5. Bà Liên làm bác sĩ ở đâu?

6. Ông Việt làm dược sĩ ở Pharmacity, phải không?

____

C. Viết số bằng tiếng Việt

Use logic to write <u>as many next numbers</u> in Vietnamese in the series as you can.

1. một, ba, năm, _______________________________

2. hai, bốn, sáu, _______________________________

3. năm, mười, _______________________________

4. bốn, mười, _______________________________

5. hai, tám, _______________________________

6. một, bảy, _______________________________

D. Hỏi tuổi – *Asking and telling age*

1. All of members of the amazing Lê family share the same birthday today. Ask and tell how old each of them are today. Use the information on the next page.

a. Ông Lâm_________________________________? _________________________________.

b. Bà Lan__________________________________? _________________________________.

c. Hà ____________________________________? _________________________________.

d. Em Tú__________________________________? _________________________________.

f. Em Thúy________________________________? _________________________________.

2. Now, write a short paragraph to introduce any **two** members of the Lê family using the information found above and feel free to invent the rest (occupation, address, and phone number) based on what you learn in this chapter.

____

____

____

____

____

E. What would you say or ask in the following situations?

1. You want to find out a classmate cell phone number. **You ask him/her:**

   ____

2. A classmate asks where you were born. **You answer him:**

   ____

3. You want to know an acquaintance's address. **You ask** him/her:

   ____

4. You want to find out where your teacher's hometown is. **You ask** your teacher:

   ____

5. A classmate asks what occupation you'd like to do. **You reply:**

   ____

TẬP NGHE 🎧

A. Số điện thoại

Audio **Chapter 2 #A** via: https://presslenguyen.wixsite.com/lenguyenpress/wb-listen
Listen to the telephone numbers and write them out correctly.

1._______________________ 3. _______________________ 5. _______________________

2._______________________ 4. _______________________ 6. _______________________

B. Địa chỉ và số điện thoại

Audio **Chapter 2 #B** via: https://presslenguyen.wixsite.com/lenguyenpress/wb-listen
Listen to the conversations and write the correct letter after the name in the table.
*There are <u>only four people</u> have phone numbers.

Tên	Sống ở	Số ĐT		
anh Việt			a. thành phố Đà Lạt	h. 4 9782235
anh Nam			b. số 15 phố Hàng Đào, Hà Nội	i. 4 9782325
chị Lan			c. số 9 đường Nguyễn Du, SG	j. 8 2647654
cô Thảo			d. đường Vạn Kiếp, Sài Gòn	k. 58 264765
bà Ninh			e. số 11 đường Lê Lợi, Huế	l. 54 823649
ông Hoành			f. thành phố Nha Trang	m. 8 8422903
			g. phố Tràng Tiền, Hà Nội	n. 8 8242903

C. Địa chỉ

Audio **Chapter 2 #C** via: https://presslenguyen.wixsite.com/lenguyenpress/wb-listen

Listen to people asking for the addresses of the following places. Check the correct addresses.

1. Trường Tiếng Việt Sài Gòn
   - ☐ 14 Đinh Tiên Hoàng, Sài Gòn
   - ☐ 41 Đinh Tiên Hoàng, Sài Gòn
   - ☐ 31 Đinh Tiên Hoàng, Sài Gòn

2. Khách sạn Âu Lạc
   - ☐ 90 Nguyễn Thị Minh Khai, Sài Gòn
   - ☐ 81 Nguyễn Thị Minh Khai, Sài Gòn
   - ☐ 19 Nguyễn Thị Minh Khai, Sài Gòn

3. Phở Hoà
   - ☐ 1425 Landess Avenue, Milpitas, Cali
   - ☐ 1455 Landess Avenue, Milpitas, Cali
   - ☐ 1355 Landess Avenue, Milpitas, Cali

4. Siêu thị Thuận Phát
   - ☐ 15340 Beach Boulevard, Westminster, Cali
   - ☐ 15640 Beach Boulevard, Westminster, Cali
   - ☐ 15440 Beach Boulevard, Westminster, Cali

5. Hiệu Lee's Sandwich
   - ☐ 13994 Brookhurst Street, Garden Grove, Cali
   - ☐ 13894 Brookhurst Street, Garden Grove, Cali
   - ☐ 13991 Brookhurst Street, Garden Grove, Cali

D. Bạn thích làm nghề nào hay học ngành nào?

Audio **Chapter 2 #D** via: https://presslenguyen.wixsite.com/lenguyenpress/wb-listen

Listen to what 6 people have to say about their preference of occupations.
Then, <u>number the occupations</u> you hear from 1-6.

_______   _______   _______   _______

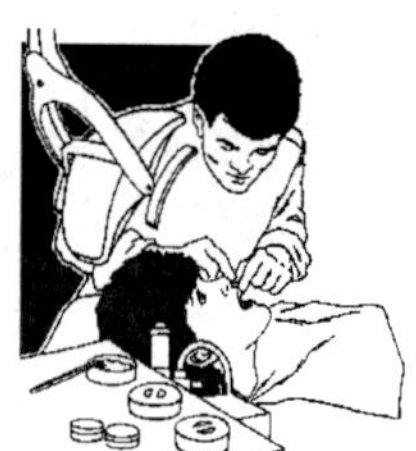

______________   ______________   ______________   ______________

E. Bạn sống và làm việc ở đâu?

Audio **Chapter 2 #E** via: https://presslenguyen.wixsite.com/lenguyenpress/wb-listen

Listen to 6 mini-dialogues and <u>number the pictures</u> corresponded with the place they work or live.

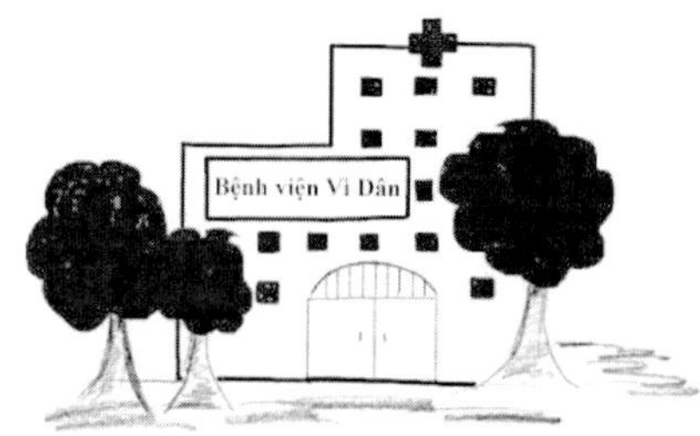

______________   ______________   ______________

______________   ______________   ______________

CHAPTER 3 - Daily Routines

TẬP VIẾT & TẬP ĐỌC  

A. Hôm nay bạn chơi Lô Tô (*Bingo*).   You are calling out a bingo game today.

Write out what *you'd said for* each number. The first answer has been done, continue with the rest.

1. 21 hai mươi ________________   6. 75 ________________________

2. 56 ________________________   7. 93 ________________________

3. 47 ________________________   8. 38 ________________________

4. 62 ________________________   9. 50 ________________________

5. 11 ________________________   10. 65 ________________________

B. Viết bằng số các chữ số sau. Write the numeral for each written number.

1. tám mươi tám __________   6. hai mươi chín __________

2. ba mươi lăm __________   7. chín mươi sáu __________

3. bảy mươi mốt __________   8. năm mươi bảy __________

4. bốn mươi bốn __________   9. mười lăm __________

5. sáu mươi tư __________   10. bốn mươi hai __________

C. Bây giờ mấy giờ rồi? What would you say if someone asked you the time and you were looking at a watch? Write out what you would say:

1. _________________________ .   2. _________________________   3. _________________________

or _________________________   or _________________________

4. _____________________ 5. _____________________ 6. _____________________

D. What would you ask or reply in the following situations?

1. You forget your watch at home and want **to find out what time it is now. You ask**:

   ____

2. It's 5:00 p.m.. A classmate asks you what time it is now. **You tell him**:

   ____

3. You have to be in school at 8 am tomorrow morning. A friend just called **to find out what time you will go there**. You reply:

   ____

4. You need a ride home from school today. Find out from a friend **what time he is returning home.**

   ____

E. Câu lạc bộ làm quen – *Pen pal club*

1. You would like to find a Vietnamese pen pal, so you write up an advertisement and send it to a popular Vietnamese magazine named *Tuổi Trẻ* in Saigon, Vietnam. Include the following information:
   a. your name and age
   b. your hometown and nationality.
   c. the name of your school and where it is located

   Chào các bạn. ____

   ____

   ____

   ____

   ____

2. Prepare a list of questions you would like to ask your pen pal to obtain the same information you just provided.

____

____

____

____

TẬP NGHE 🎧

A. Tôi phải đi xe buýt nào?   *Which bus # should I take?*

Audio **Chapter 3#A** via: https://presslenguyen.wixsite.com/lenguyenpress/wb-listen

Choose <u>two places</u> that you want to get to from downtown Sài Gòn from the list below. Then write your choice on the appropriate space. Now, listen to the recorded information given to get the bus lines.

Nơi đến/Destination

Tân Định	Bà Chiểu	Chợ Lớn
Tân Sơn Nhất	Phú Nhuận	Củ Chi

a. Nếu muốn đi đến _______________________, bạn phải đi xe buýt số _______________________.

b. Nếu muốn đi đến _______________________, bạn phải đi xe buýt số _______________________.

B. Lịch bay - *Flight schedule.*

Audio **Chapter 3#B** via: https://presslenguyen.wixsite.com/lenguyenpress/wb-listen

Listen to people asking when the flights below are going to arrive.

Chuyến bay	Giờ đến	Chuyến bay	Giờ đến
1. 218	_______________	4. 569	_______________
2. 654	_______________	5. 902	_______________
3. 703	_______________	6. 1360	_______________

C. Họ sẽ làm gì và đi đâu?

Audio **Chapter 3#C** via: https://presslenguyen.wixsite.com/lenguyenpress/wb-listen

Listen to the stories and check what each person is going to do or to go to.

Activities	Sue	Phong	Sally	Lan	Trung	Hoa
go to work						
stay at school						
go home						
go eat at the canteen						
go to the bookstore						
go to a friend's house						

D. Bạn đi đâu đấy hay bạn đang làm gì đấy?

Audio **Chapter 3#D** via: https://presslenguyen.wixsite.com/lenguyenpress/wb-listen

Listen to 6 mini-dialogues and number the pictures corresponded with the activities **done** by 6 persons in the dialogues.

CHAPTER 4 - Student Life

TẬP VIẾT & TẬP ĐỌC

A. Thời khoá biểu của mình – *My schedule*

Write down the date, the time, and the activities that are most important to you from Sunday through Monday. Complete the first line.

Chủ nhật   ____

________   ____

________   ____

________   ____

________   ____

________   ____

B. Ngày tháng - *The dates*

Answer the following questions in full sentences, based on this year's calendar.

1. Hôm nay là thứ mấy và ngày bao nhiêu?______________________________________

2. Ngày mai là ngày bao nhiêu? ____

3. Ngày 15 tháng này là thứ mấy? ____

4. Chủ nhật tuần tới là ngày bao nhiêu? _______________________________________

5. Sinh nhật bạn là thứ mấy và ngày bao nhiêu? ________________________________

6. Ngày lễ Tình Yêu (Valentines) năm nay là thứ mấy?___________________________

    ____

7. Lễ Tạ Ơn (Thanksgivings) năm nay là ngày bao nhiêu?_________________________

    ____

8. Lễ Giáng Sinh (X-mas) năm nay là thứ mấy? _________________________________

9. Tết Tây (New Year) năm sau là thứ mấy? ____________________________________

10. Bạn đến thành phố này <u>từ</u> tháng nào và năm nào?_________________________

C. Viết câu hỏi cho những câu trả lời sau.   The underlined words are the answers you are looking for.

Write the questions that prompt the following answers.

1. ____?

   Hôm nay mình học <u>tiếng Pháp</u>.

2. ____?

   Anh Khanh làm <u>kỹ sư</u> ở công ty Intel.

3. ____?

   Thầy Thụy dạy tiếng Việt ở trường <u>trung học Dobson</u> ở thành phố Chandler.

4. ____?

   Học kỳ này chị Giang học <u>bốn</u> lớp.

5. ____?

   Anh Liêm học ngành <u>hóa học</u>

6. ____?

   Học kỳ này, chúng tôi học lớp <u>hóa học</u>, <u>sinh học</u>, <u>lịch sử</u> và <u>địa lý</u> Việt Nam.

D. Time expressions

Write the questions for the following answers using various time expressions learned in chapter 4.
Ví dụ: *Tôi học tiếng Việt <u>từ tháng 8</u>. >> Bạn học tiếng Việt **từ tháng mấy**?*

1. ________________________________   <u>Tháng sáu</u> ông Cẩn sẽ đi Cali.

2. ________________________________   Hôm nay tôi đi ăn cơm trưa lúc <u>12 giờ trưa</u>.

3. ________________________________   <u>Thứ ba</u> tuần này anh Tiến sẽ đi Việt Nam.

4. ________________________________   <u>Tuần tới</u> họ đi xem phim.

5. ________________________________   Chị Thuý đến bang Arizona <u>ngày mùng ba tháng tư</u>.

6. ________________________________   Anh Toàn sinh <u>năm 1980</u>.

7. ________________________________   Tôi đi ngủ lúc 12:30 đêm <u>hôm qua</u>.

8. ________________________________   Tôi học lớp tiếng Việt <u>thứ hai, thứ tư và thứ sáu</u>.

9. ________________________________   Hôm qua tôi về nhà lúc <u>8 giờ tối</u>.

10. ________________________________   Bà Loan sẽ ở Việt Nam đến <u>tháng 12</u>.

E. Môn học.

Column I is a list of academic subjects. Column II is a list of words or expressions associated with these subjects. Match the items by writing the appropriate letter in the space between columns.

I

1. địa lý
2. tiếng Pháp
3. hoá học
4. toán
5. tiếng Tây Ban Nha (*Spanish*)
6. lịch sử

II

a. Commo esta?
b. $2x + 3y = 35 - 4y$
c. Comment-allez vous?
d. The Vietnam War ended on April 30, 1975.
e. Vietnam is located in Indochina peninsula
f. $2H_2 + O_2 \rightarrow 2H_2O$

F. Sơ yếu lý lịch – *Résumé or curriculum vitae*

Write your résumé the Vietnamese way using the following form.

<u>Useful vocabulary</u>:

trình độ văn hoá – educational background

tốt nghiệp đại học – college graduate

tốt nghiệp trung học – HS graduate

ngoại ngữ - foreign language

SƠ YẾU LÝ LỊCH

Họ và tên: _______________________

Ngày tháng năm sinh: _______________________

Địa chỉ hiện tại: _______________________

Trình độ văn hoá: _______________________

Ngoại ngữ: _______________________

Nghề nghiệp: _______________________

G. Một ngày của anh Nam

The following sentences form a story but they are out of sequence. Form this story by numbering these sentences according to their sequence. The story starts with:

Anh Nam thức dậy lúc 7 giờ sáng

1. Anh Nam thức dậy lúc 7 giờ sáng.   1
2. Anh đi làm lúc 8 giờ sáng.
3. Anh đi uống cà phê và đi ăn tối với bạn.
4. Anh đi tắm rồi đi ngủ lúc 11 giờ đêm
5. Nhưng sau đó, anh không về nhà.
6. Anh rời cơ quan lúc 6 giờ chiều.
7. 10 giờ tối anh về nhà.

H. Bài đọc

The following passage is taken from a web page of the Intensive English Program – IEP at George Brown The Toronto City College, Ontario, Canada. Remember that you do not have to understand all the words in this reading in order to guess what this passage is about.

Answer the questions after reading.

INTERNATIONAL EDUCATION

Chương trình Anh ngữ Chuyên sâu – Intensive English Program

Thời gian và thời khoá biểu của Chương trình IEP

Mỗi cấp IEP kéo dài 8 tuần lễ. Sinh viên mới được kiểm tra vào tuần trước khi khoá học bắt đầu để xác định khả năng Anh văn và cấp lớp sẽ bắt đầu.

Sinh viên các lớp IEP học 24 giờ một tuần lễ, thứ hai đến thứ sáu với một thời khoá biểu khác nhau mỗi ngày: thời khoá biểu cho phép tự học trong phòng Vi tính Ngôn ngữ (Language Computer Lab), cơ hội tham gia một nhóm Đàm thoại (Conversation Group) hay được một trợ giáo tiếng Anh (tutor) kèm học.

Câu hỏi:

1. Skim through the passage and highlight the words you know. Then, based on those words, guess what this reading is about. Write the gist in English:

   ____

2. How long does the IEP program last?

   ____

3. How many hours IEP students will be in class?

   ____

4. Which days of the week they have to be in class?

   ____

5. List as many unknown words which you can guess the English meaning based on context.

   ____

TẬP NGHE 🎧

A. Năm sinh và năm mất

Audio **Chapter 4#A** via: https://presslenguyen.wixsite.com/lenguyenpress/wb-listen

Listen and write down the years these famous people were born and the years they passed away.

Tên	**Năm sinh**	**Năm mất**
1. John F. Kennedy	_______________	_______________
2. Marie Curie	_______________	_______________
3. Leo Tolstoy	_______________	_______________
4. Marilyn Monroe	_______________	_______________
5. Earnest Hemmingway	_______________	_______________
6. Nguyễn Du	_______________	_______________
7. Picasso	_______________	_______________
8. Mozart	_______________	_______________

B. Sinh nhật

Audio **Chapter 4#B** via: https://presslenguyen.wixsite.com/lenguyenpress/wb-listen

Listen to these people's birth date.   Write out the dates as you hear them in the **Western way**.
For example, if you hear: *Tôi sinh ngày 18 tháng 11 năm 1952*, just write 11/18/52.

1. _____________________		4. _____________________	
2. _____________________		5. _____________________	
3. _____________________		6. _____________________	

C. Ngày đến và ngày đi:

Audio **Chapter 4#C** via: https://presslenguyen.wixsite.com/lenguyenpress/wb-listen

You work as a receptionist at a hotel in Hà Nội. Listen to the guest talking in the lobby about their travel plans and circle on the day each person arrived and the day they are leaving.

1.

Sun.	Mon.	Tues.	Wed.	Thurs.	Friday	Sat.

2.

Sun.	Mon.	Tues.	Wed.	Thurs.	Friday	Sat.

3.

Sun.	Mon.	Tues.	Wed.	Thurs.	Friday	Sat.

4.

Sun.	Mon.	Tues.	Wed.	Thurs.	Friday	Sat.

5.

Sun.	Mon.	Tues.	Wed.	Thurs.	Friday	Sat.

6.

Sun.	Mon.	Tues.	Wed.	Thurs.	Friday	Sat.

D. Bạn thích học môn nào?

Audio **Chapter 4#D** via: https://presslenguyen.wixsite.com/lenguyenpress/wb-listen

Listen to 6 students have to say about the subjects in school. <u>Number</u> the subjects which you hear from 1-6.

_____ history   _____ economics   _____ math   _____ business

_____ Italian language   _____ French   _____ Thai language   _____ Vietnamese language

_____ sociology   _____ law   _____ biology   _____ chemistry

CHAPTER 5 - Hobbies and Pastimes

TẬP VIẾT & TẬP ĐỌC

A. Sở thích và môn thể thao ưa thích

Write about <u>four</u> of your favorite hobbies and sports. Then, ask four classmates whether they have the same hobbies and sports, if they play those sports, and how often. After the interview, report what you find out.

Sở thích và môn thể thao bạn ưa thích:

1.____

2. ____

3. ____

4. ____

Sở thích và môn thể thao của những người bạn trong lớp:

1. ____

____

2. ____

____

3. ____

____

4. ____

____

B . Thói quen và sở thích – *Habits and hobbies*

Answer each of the following questions by telling if and <u>how often</u> you do the following activities. l Be sure to use all <u>time frequency expressions</u> learned in this chapter.

Ví dụ: thức dậy: ***Mỗi buổi sáng*** *em thức dậy lúc 8 giờ.*

1. tập thể dục:____

2. chạy bộ: ____

3. tập bóng rổ: ____

4. hát karaoke:____

5. xem phút bôn: ____

5. đi làm ____

6. đọc sách ____

7. tán gẫu với bạn ____

8. chơi trò chơi điện tử: ____

C. Thói quen và sở thích

What would you write when you want to tell your pen pal that

1. You would like to stay home to relax on weekends because you often tired.

____

2. When you have free time, you like to stay home and listen to music most.

____

3. You love watching Netflix every weekend night.

____

4. You love chit chatting with friends and occasionally go dancing on Saturday.

____

5. You seldom watch baseball and basketball on TV.

____

D. Giải trí cuối tuần

1. Which activities **would you plan to do** this weekend? Why? (list at least 3 activities)
    Ví dụ: *Cuối tuần này tôi sẽ đi xem phim **vì** có phim hay.*

    a. ____

    b. ____

    c. ____

2. Which activities you **would not do** this weekend (list at least 3 activities)? Why?

    a. ____

    b. ____

    c. ____

E. Tập viết luận 75 - *Writing a 75-word composition*

Write a composition about your hobbies and pastimes as well as how you spend your typical weekend.
<u>Do not merely answers questions</u> in the below outline! Use them as cues to write an organized and cohesive composition.

DÀN Ý

1. **Mở bài** – Opening
     *Bạn có thì giờ (*time*) cho sở thích và giải trí không? Khi nào?

2. **Thân bài** – Body
     *Khi rảnh bạn thường làm gì? Sở thích của bạn là gì?
     *Bạn chơi được môn thể thao nào?
     *Bạn có thường đi tập thể thao hay tập thể dục không?
     *Bạn đi tập ở đâu? Một tuần bạn đi tập mấy lần?
     *Bạn thích môn giải trí nào? Tại sao?

3. **Kết luận** – Closing
     *Bạn thấy giải trí và thể thao thế nào? Có quan trọng (*important*) không?
      Tại sao thế/vậy?

____

____

____

____

____

____

____

____

____

____

____

____

F. Tập đọc 1:

1. Read a note that Mai-Li left for Lisa, her roommate:

> *Lisa ơi,*
> *Tối nay mình không ăn cơm nhà. Làm ở thư viện xong mình sẽ đi ăn*
> *cơm tối với anh Paul rồi đi xem phim. Trong tủ lạnh có mì xào và xúp*
> *gà, Misa ăn đi nhé.*
>
> *Sáng mai chúng mình sẽ đi mua sắm rồi đi thăm cô giáo lớp lịch sử*
> *như đã định nhé. Tối mai Misa có kế hoạch gì không? Anh Paul muốn*
> *rủ hai đứa mình đi ăn rồi đi hát karaoke. Misa thấy thế nào?*
>
> *Khoảng 11 giờ đêm nay mình sẽ về. Chúng mình sẽ nói chuyện thêm nha.*
>
> *Mai-Li*

2. Check the most correct answers:
    a. Paragraph 1 says:

    _____   Mai-Li will cook something for Lisa later.

    _____   Lisa and Mai-Li will go eat and watch a movie.

    _____   Misa can eat the food in the refrigerator because Mai-Li will go out to night.

    b. Paragraph 2 says:

    _____   Mai-Li asks if Misa likes to go shopping, visit the history teacher tomorrow morning,
    then go out at night with her boyfriend.

    _____   Mai-Li is making plans for the weekend for both of them: shopping, visiting the teacher, eating out,
    and going to sing karaoke.

    _____   Paul wants to go shopping, visit the teacher, and go sing karaoke.

3. Mai-Li returned home at about 9 p.m. while Misa was watching TV.
    Write a short dialogue between Mai-Li and Misa. Feel free to invent!

____

____

____

____

____

____

____

G. Tập đọc 2

Trước khi đọc

1. Do you know what Sukodu is?
2. Have you played Sukodu before?
3. Do you know how many ways a Sukodu game can be solved?

Read an online article on *Thiếu Niên Tiền Phong* online about Sukodu on the next page.

<u>Từ vựng cần biết:</u>

món ăn **-** *a dish*	kích thích – *to stimulate*	"chết chìm" – *lit. to be drowned*
bổ dưỡng - *wholesome*	sáng tạo - *creativity*	trí não - *brain*
học trò – *school students*	thịnh hành – *be popular*	

SU DOKU - "MÓN ĂN" BỔ DƯỠNG CỦA HỌC TRÒ

Trò chơi Su Doku đang làm mưa làm gió từ châu Âu, châu Mỹ đến châu Á... Su Doku được xem như là trò chơi kích thích tư duy sáng tạo, tính logic và đang được dùng như một phương pháp dạy toán ở nhiều trường phổ thông ở Anh. Và khi đến Việt Nam, Su Doku cũng được học trò đón nhận như "một món ăn bổ dưỡng" của học trò...

"Nào, chúng ta cùng Su Doku nhé!"

Câu nói này đang rất "thịnh hành" vào những giờ giải lao. Cả con gái lẫn con trai đều "chết chìm" trong trò chơi đầy sức cuốn hút này. Bạn có thể chơi một mình hoặc "nhiều mình" cũng được. Và điều quan trọng là "nó" được chứng minh bằng khoa học hẳn hoi rằng đó là một trò chơi lành mạnh, kích thích trí não, giúp trẻ con nhanh nhạy và người già lâu quên nên dân học trò rất "bồ kết" nó.

"Chơi như thế nào đây ?"

Báo TNTP cũng đã có lần hướng dẫn các bạn trò chơi này rồi. Đó là một trò chơi ô số gồm 9 hàng dọc và 9 hàng ngang (có thể biến thể ít hơn tùy theo cấp độ chơi). Bạn chỉ cần điền vào các ô trống sao cho mỗi hàng, mỗi cột và mỗi miền 3x3 đều chứa 9 con

số (không lặp lại) từ 1 đến 9. Cách chơi quá đơn giản phải không bạn! Nhưng bạn hãy thử khám phá Su Doku đi và thế nào bạn cũng phát hiện ra nhiều điều thú vị từ các cách giải của mình. Nhà toán học Bertram Felgenhauer đã tính ra được rằng với cái hình vuông 9x9 = 81 ô đó có đến hơn sáu ngàn sáu trăm tỉ phương án để giải cơ đấy ! Cho nên bạn đừng lo lắng là sẽ hết đề Su Doku để giải nhé!

Theo Báo TNTP

Sau khi đọc

1. Can you give the English equivalent of the title?

    ____

2. Next, read aloud the sub-titles and see if you can also write the English equivalents of:

    "Nào, chúng ta cùng Su Doku nhé!":

    ____

*"Chơi như thế nào đây?*______________________________________

3. Now, can you guess what this article is about and write the summary (*not the translation!*) of each paragraph in English? Remember that you do not have to understand every single word of this article to guess and understand what it is about.

    a. Introduction paragraph:

    ____

    ____

    b. *Nào, chúng ta cùng Su Doku nhé!*:

    ____

    ____

    c. *Chơi như thế nào đây?* ______________________________

    ____

4. According to mathematician Bertram Felgenhauer, how many ways one can solve a *sudoku*?

    ____

H. Câu đố - *Puzzle*

Read this, and try to answer the last question. You should complete two tables on the next page to figure it out.

Từ vựng cần biết:

nhạc cụ - *musical instrument*   đàn tranh – *Vietnamese zither*

ngoại ngữ - *foreign language*   bản xứ - *native speaker*

Trong một bữa cơm tối, ông Nam kể: "Bốn cô con gái của tôi đều giỏi cả. Mỗi cô chơi một loại nhạc cụ

khác nhau và có thể nói được một ngoại ngữ giỏi như một người bản xứ.

"Thế cô Mai chơi gì?", một người hỏi ông Nam

"Đàn vi ô lông."

"Vậy ai chơi đàn piano?"

"Ồ, tôi quên mất rồi.", ông Nam nói, "Nhưng tôi nhớ đó là cô nói được tiếng Lào."

Sau khi nói chuyện với ông Nam, tôi biết người đánh đàn ghi ta không phải là cô Cúc; người con gái nói tiếng Thái giỏi không

phải là cô Lan; và cô Mai thì không biết nói tiếng Malaixia. Cô Trúc không biết chơi đàn vi ô lông hay đàn tranh và cũng không

nói được tiếng Inđônêxia. Còn cô Cúc không nói được tiếng

Lào; và người biết chơi đàn ghi ta không nói được tiếng Malaixia.

Bạn có biết cô Cúc nói được ngoại ngữ nào và chơi đàn nào không?

(Adapted from My Best Puzzles in Logic and Reasoning by Hubert Phillips)

	đàn ghi ta	đàn piano	đàn tranh	đàn vi ô lông
cô Mai				
cô Lan				
cô Trúc				
cô Cúc				

	tiếng Inđônêxia	tiếng Lào	tiếng Malaixia	tiếng Thái Lan
cô Mai				
cô Lan				
cô Trúc				
cô Cúc				

I. Ô chữ

Use the following cues to complete the word puzzle. Write each entry with **no space** in between and **no diacritic marks**. For example: **chèo thuyền** ➡ **cheothuyen**

Across / Ngang
1. basketball
2. volleyball
3. cooking
4. jogging

Down / Xuống
1. soccer
2. baseball
5. swimming

TẬP NGHE 🎧

A. Sở thích

Audio **Chapter 5 #A** via: https://presslenguyen.wixsite.com/lenguyenpress/wb-listen

Listen as Mai and Minh talk about their interests. Then complete each of the following sentences buy writing in the name of the person it refers to (Mai, Minh, Both or Neither)

1. _________________ has/have many hobbies

2. _________________ likes/like any kind of music

3. _________________ likes/like reading

4. _________________ plays/play tennis

5. _________________ likes/like walking

6. _________________ likes/like swimming

7. _________________ likes/like gardening

8. _________________ is/are free this weekend

B. Bạn làm gì trong tuần này?

Audio **Chapter 5 #B** via: https://presslenguyen.wixsite.com/lenguyenpress/wb-listen

Today is Monday. Long is calling Thu to ask her for a date. Listen to their telephone conversation. What is Thu doing in the evening and what kind of excuse does she offer?

Place a ✓ next to the correct activity you hear.

TUESDAY	WEDNESDAY	THURSDAY	FRIDAY
☐ doing homework	☐ cleaning the house	☐ eating out with family	☐ shopping
☐ studying for test	☐ having company	☐ swimming	☐ listening to music
☐ listening to music	☐ eating Chinese food	☐ listening to music	☐ dancing
☐ watching TV	☐ watching movie	☐ singing Karaoke	☐ visiting friends
☐ playing piano	☐ studying	☐ reading books	☐ jogging

C. Chơi thể thao

Audio **Chapter 5 #C** via https://presslenguyen.wixsite.com/lenguyenpress/wb-listen

Listen to a teacher and her students talk about their favorite sports in class, and then mark each statement true (**Đ** – đúng) or false (**S** - sai).

1. _______ The sport Kỳ is best at is basketball.

2. _______ Both Hiền and Hoàng like tennis.

3. _______ The sport Duy is good at is swimming.

4. _______ Hà cannot swim because she didn't have a chance to learn.

5. _______ Hà is good at volleyball because she practices every weekend.

6. _______ Sports are not Loan's favorite pastimes

7. _______ Tiến would like to practice soccer with other classmates.

Tên_______________________________ Lớp: _____________________________ Ngày: ___________________________

D. **Phỏng vấn** – *Interview*

Audio **Chapter 5 #D** via: https://presslenguyen.wixsite.com/lenguyenpress/wb-listen

A famous Vietnamese singer, Ngọc Yến, was interviewed by a reporter of *Tuổi Trẻ* magazine.

1. Listen to this interview and check the appropriate boxes of the following chart.

Hobbies and Habits	YES	NO
playing basketball		
swimming		
walking		
going to the movies		
shopping		
listening to music		
watching TV		
reading		
writing letters		

2. What is Ngọc Yến's marital status? ____

3. When will she take two weeks off? ____

CHAPTER 6: Family and Relatives

TẬP VIẾT & TẬP ĐỌC  

A. Giới thiệu gia đình

Look at the pictures below. Pretend you are the indicated persons in these pictures. Write what each person might say to introduce his/her family members in each picture. The more you can write, the better!

Ví dụ: *Tên em là Xuân-Mai, 6 tuổi. Đây là bố mẹ em. Cuối tuần gia đình em thường đi chơi với nhau. Em rất yêu bố mẹ em.*

1. Tên tôi là Vũ, 37 tuổi. ___________________

____

____

____

2. Mình tên là Kim-Phượng, 25 tuổi. ___________________

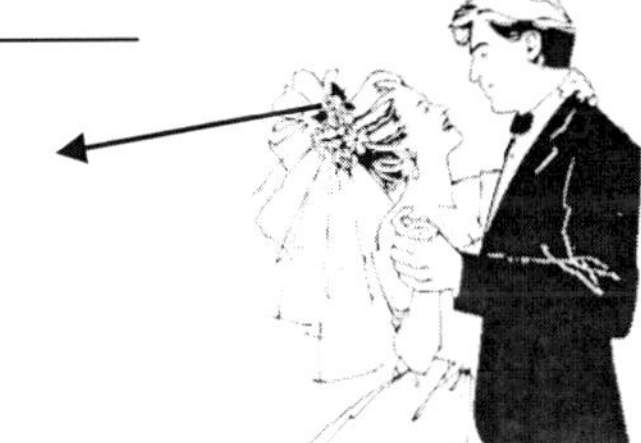

____

____

3. Đây là gia đình nhỏ của tôi. ___________________

____

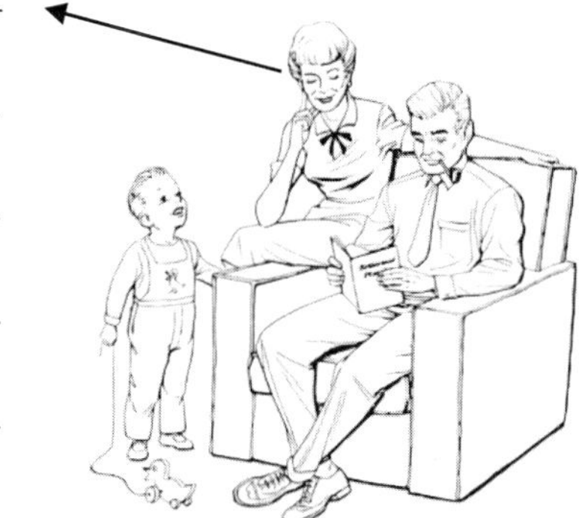

____

____

B. Nói về gia đình

Bạn hỏi gì để có những câu trả lời sau? *What would you ask to prompt the following answers?*

1. ____

    Tôi có bốn anh chị em. Tôi là con <u>thứ ba</u>.

2. ____

    Bố tôi <u>là bác sĩ</u> ở bệnh viện General Hospital.

3. ____

    Mẹ tôi có <u>ba</u> anh chị em. Mẹ tôi là con út.

4. ____

    Ông bà ngoại tôi đang sống ở <u>Việt Nam.</u>

5. ____

    Anh cả tôi đã lập gia đình <u>cách đây một năm</u>.

6. ____

    Bố mẹ tôi <u>chưa</u> có cháu nội.

C. Một ngày của mình.

Write a paragraph recounting **what you have done and how you feel today and this week**. Make sure to use as many new vocabulary and grammar points learned in this chapter.

____

____

____

____

____

____

____

D. Tập viết luận 75 – *Writing a 75-word composition*

Write a composition to introduce your extended family members. Be sure to include pertinent information such as name, age, profession, marital status, and place of residence of each family member.

*Follow the outline on the next page. This outline is to help you organize your thoughts. **Do not merely answer each question** but rather use them as prompts to write an organized and cohesive composition.

DÀN Ý

1. **Mở bài** - Opening

    *Gia đình của bạn đang sống ở đâu? Có đông không? Có mấy người?

2. **Thân bài** - Body

    Giới thiệu ông bà, bố mẹ và anh chị em của bạn:

    -tên, tuổi và tình trạng hôn nhân (*marital status*)

    -họ đang ở đâu, làm nghề gì hay (*or*) học ngành nào?

3. **Kết luận** – Closing

    Bạn thấy gia đình của bạn như thế nào? Gia đình bạn thường làm những hoạt động (*activities*) nào cùng với nhau vào dịp cuối tuần hay khi nghỉ hè (*vacation*)?

____

____

____

____

____

____

____

____

____

____

E. Tập đọc: Phỏng vấn trực tuyến – Online interview

Trước khi đọc

VietXpress, an online Vietnamese newspaper, often sets up for their viewers online interviews with celebrities, especially singers, through chat line. After each interview, they upload the transcripts of most questions and answers. Let read a sample of the questions and answers taken from these transcripts.

Hãy đọc

Ca sĩ Phương Thảo và gia đình

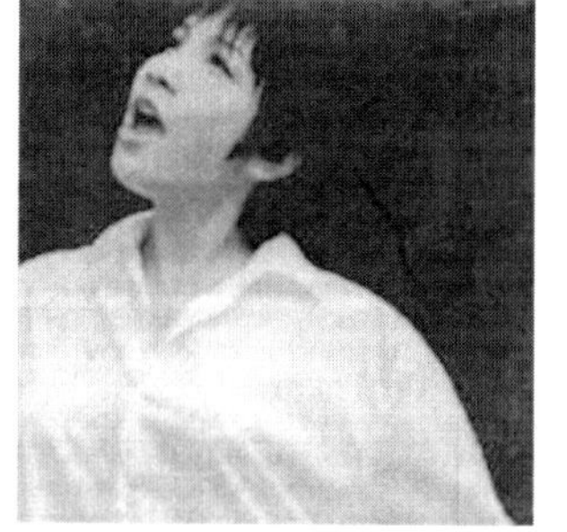

Ca sĩ Mỹ Linh

-Cháu thấy cô chú là cặp nghệ sĩ rất hạnh phúc. Vậy có 2 em gái rồi, chú có định sinh thêm em trai nữa không? (Mai Kiều Trang, 14 tuổi, Thái Thịnh – Hà Nội)

-Bọn mình đang suy nghĩ xem có sinh thêm không nhưng nếu có thì vẫn thích con gái hơn. Con gái tuyệt lắm.

- Thảo ơi! Thảo có hay gặp bố của Thảo không? (Nguyễn Văn Vinh - 30 tuổi, Đà Nẵng)

-Mỗi năm gặp một lần. Mỗi lần gặp một tháng, thời gian còn lại thì gặp trên email.

-Gia đình anh Lễ có đông anh chị em không? (Mai Lan Jack, 25 tuổi, USA)

-Gia đình anh Lễ rất đông anh em (12 người). Rất may có một bà bác còn độc thân ở chung, phụ Thảo - Lễ chăm sóc cho Na - Nấm.

-Chào chị Linh, chị có em trai không? Em muốn được làm em của chị, hi hi! (Nguyễn Ngọc Phương Thảo, 19 tuổi, Australia)

-Chị có anh trai chứ không có em trai. Làm em của chị cũng chẳng sướng lắm đâu vì chị bận lắm, chẳng quan tâm tới em được nhiều.

-Mỹ Linh ở chung với cả gia đình chồng có khó lắm không, chị có gặp cảnh mẹ chồng nàng dâu không? (Tú, 29 tuổi, America)

-Thời gian Linh ở chung với gia đình nhà chồng không nhiều, nhưng mẹ chồng chính là người dạy mình nấu các món ăn đó, bạn có tin không?

Sau khi đọc

Hãy trả lời những câu hỏi sau đây:

1. Phương Thảo thích có con trai hay con gái hơn? Tại sao thế?

    ____

2. Bố của Phương Thảo có ở cùng nhà hay ở gần Phương Thảo không? Tại sao bạn biết?

    ____

3. Chồng của Phương Thảo tên là gì? Thế còn Na và Nấm là ai?

   ____

2. Mỹ Linh có phải là con cả không? Tại sao bạn biết?__________________________________

   ____

5. Vợ chồng Mỹ Linh đã sống chung (*together*) với ai? ___________________________

6. Ai đã dạy Mỹ Linh nấu ăn? ____

TẬP NGHE 🎧

A. Hôm nay bạn thấy thế nào?

Audio **Chapter 6 #A** via: https://presslenguyen.wixsite.com/lenguyenpress/wb-listen

You will hear 6 short conversations. Listen to how people feel and complete the chart below.

	happy	sad	well	tired	stressed	sick	has the flu	busy
1.								
2.								
3.								
4.								
5.								
6.								

B. Cây gia hệ - *Family Tree*

Audio **Chapter 6 #B** via: https://presslenguyen.wixsite.com/lenguyenpress/wb-listen

Thủy is talking about her family and relatives. Listen and identify her family members in the pictures on the next page.

1. Fill in the blanks under each picture on the next page with the initials of Thủy's family members.

2. Write a paragraph to introduce Thuỷ's extended family (*đại gia đình*).

   ____

____

____

____

____

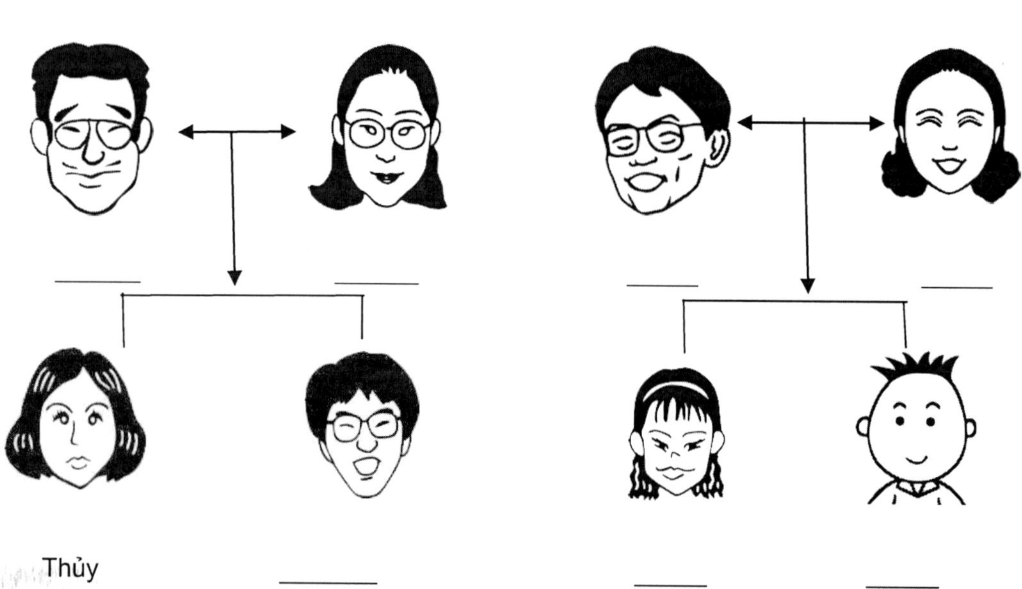

C. Gia đình tôi

Audio **Chapter 6 #C** via: https://presslenguyen.wixsite.com/lenguyenpress/wb-listen.

Listen to Tuấn introduce his family and fill in the chart.

Name	Relationship to Tuấn	Occupation	Age	Residence
Tùng				
Tuyết				
Thành				
Thảo				
Tú				
Tuấn	SELF			

CHAPTER 7 - Physical Appearance

TẬP VIẾT & TẬP ĐỌC

A. Người lý tưởng

A friend of yours is in Sài Gòn right now as an exchange student. She/he finally met her/his ideal mate here, but she/he will not give you any more information about this person unless you write a letter in Vietnamese to ask about that person. Prepare a list of at least 5 questions to ask your friend about this wonderful person.

*Hint: use descriptive adjectives/stative verbs you have learned and the pattern: *có + ADJ. + không?*

1.____

2.____

3.____

4.____

5.____

B. Tả người

Your brother is busy today. He asked you to meet his friend at the airport and pick him up for your brother. You have never met this person before, so you ask your brother to describe his friend. Write a dialogue <u>between you and your brother in Vietnamese</u>.

You: ____?

Your brother: ____

You: ____?

Your brother: ____

____

C. Tả ngoại hình

Write a short paragraph to describe the physical appearance **two** of your favorite movie stars or singers.

____

____

____

D. Bao lâu / bao lâu rồi?

Write questions in order to get the following answers. <u>The underlined words</u> are what you want to know.

1. ____

    Thưa cô, em học tiếng Việt được <u>một năm rồi</u> ạ.

2. ____

    Mình sống ở Phoenix <u>hai năm rồi</u>.

3. ____

    Tôi đi du lịch Việt Nam <u>ba tuần</u>.

4. ____

    À, chúng tôi định về thăm Hà Nội <u>2 tuần</u> thôi.

5. ____

    Phim Titanic dài (*lengthy*) lắm! Khoảng <u>4 tiếng gì đó</u>.

E. Tập đọc

Hãy đọc

Read the short article below, and pick the relevant information to answer the questions.

Từ vựng mới:

thái độ - *attitude*	độc đáo – *unique*	ấn tượng – *impressive*	nghị lực – *determination*
áp lực - *pressure*	theo đuổi – *to pursue*	học vấn - *education*	sự chân thật -*honesty*

H'Hen Niê là ai?

- **Tên khai sinh:** H'Hen Niê
- **Ngày sinh:** 15/05/1992
- **Nơi sinh:** Buôn Sứt M'đưng, Đăk Lăk, Việt Nam
- **Nơi cư trú:** Thành phố Hồ Chí Minh
- **Học vấn:** Tốt nghiệp trường Cao đẳng Kinh tế Đối Ngoại
- **Nghề nghiệp:** Hoa hậu – người mẫu
- **Danh hiệu:** *Hoa hậu Hoàn Vũ Việt Nam năm 2017 và Top 5 Hoa hậu Hoàn Vũ thế giới năm 2018*
- **Số đo hình thể:** 84-60-93
- **Chiều cao:** 173cm – **Cân nặng:** 50kg
- **Thuộc dân tộc:** Ê-đê

Cô là người dân tộc Ê-đê với làn da nâu và mái tóc ngắn.Cô là hoa hậu đầu tiên có mái tóc ngắn trong lịch sử các cuộc thi sắc đẹp Việt Nam. Ngày 17/12/2018 vừa qua, H'Hen Niê khiến hàng triệu người hâm mộ tự hào khi lọt vào top 5 Miss Universe 2018. Đây là thành tích cao nhất của Việt Nam tại đấu trường nhan sắc quốc tế lớn này sau hơn 10 năm cử thí sinh thi đấu.

Có thể nói, kỳ tích của H'Hen Niê đến một phần từ diện mạo, phong cách, và phần khác đến từ thái độ và tính cách mà cô thể hiện trước khán giả thế giới. Trong tất cả khía cạnh, cô đều có những nét độc đáo khiến mình thực sự ấn tượng so với các thí sinh khác. Nếu ở diện mạo, đó là mái tóc tém và làn da nâu,... ở phong cách, đó là chiếc áo crop top và chiếc quần ống rộng,... ở thái độ, đó là sự chân thật và tự nhiên... thì ở tính cách, đó là sự mạnh mẽ và nghị lực mà cô cho thấy thông qua câu chuyện về sự vượt thoát khỏi áp lực kết hôn ở tuổi 14 (theo tập quán kết hôn sớm của người Ê-đê), để theo đuổi học vấn và sự nghiệp cho một tương lai tốt đẹp.

Nguồn: https://www.yan.vn/hhen-nie-la-ai-tieu-su-hhen-nie-cap-nhat-moi-nhat-189926.html

https://www.rfa.org/vietnamese/news/blog/from-hhen-nie-think-about-uniqueness-12312018221028.html

Sau khi đọc

Complete the following sentences with information from the reading passage above:

1. Read the above reading passage one time, then a second time (*if necessary*) to guess the English equivalents of the following words **based on the context** (do not look them up in a dictionary):

   cuộc thi sắc đẹp: ________________________   diện mạo: ________________________

   phong cách: ________________________   sự mạnh mẽ: ________________________

2. Cô H'Hen Niê is ____________ years old. Her hometown is ________________________

3. She is the first Miss Vietnam who has ________________________

4. She made her Vietnamese fans proud when________________________

   ____

5. What make her unique and impressive are ________________________

   ____

   ____

6. If you had a chance to meet her in person, what would you ask her <u>in Vietnamese</u>?

   ____

   ____

   ____

   ____

TẬP NGHE 🎧

A. Tại sao thế?

Audio **Chapter 7 #A** via: https://presslenguyen.wixsite.com/lenguyenpress/wb-listen

Listen to people asking and giving reasons for doing / not doing something.

Then, check the correct answers you hear.

	sick	thirsty	hungry	well	tired	busy	stressed
1.							
2.							
3.							
4.							
5.							
6.							

B. Bạn gái

Audio **Chapter 7 #B** via: https://presslenguyen.wixsite.com/lenguyenpress/wb-listen

Listen as Thành tells his friend about his first date with a young woman he met online. Then circle the answers that correspond to the description.

1) The young woman's name is _____   a. Hoa   b. Hòa   c. Hảo

2) She is _____ English.   a.   a student of   b.   fluent in English   c.   used to study in England

3) She has _____.   a.   long hair   b.   short hair   c.   medium length hair

4) She is ______.   a.   petite   b.   tall and slender   c.   not thin, not fat

5) She likes to ______   a.   watch sports   b.   play sports   c.   exercise

6) When having free time, she often_____   a.   go dancing b.   go swimming   c.   go to the coffee shop

C. Tả người:

Audio **Chapter 7 #C** via: https://presslenguyen.wixsite.com/lenguyenpress/wb-listen

Listen to the instruction and identify people you are going to pick up at the airport by writing a number **1-5** below the person's picture.

__________   __________   __________   __________   __________

CHAPTER 8 – Character Traits

TẬP VIẾT & TẬP ĐỌC

A. Phỏng vấn

1. Write questions for the following interview between you, a reporter of a school newsletter, and a "student of the year" in your Vietnamese program.

    a. ____

    Tôi là sinh viên cao học ở đại học này <u>được 2 năm rồi</u>.

    b. ____

    Tôi thấy học tiếng Việt <u>rất vui</u>.

    c. ____

    Tôi học tiếng Việt <u>tại vì</u> tôi sẽ đi Việt Nam nghiên cứu.

    d. ____

    Khi rảnh tôi thích <u>chơi trò chơi điện tử và xem ti vi</u>.

    e. ____

    Cuối tuần tôi thường <u>đi uống cà phê và tán gẫu với bạn bè</u>.

2. How would you answer those questions if you were the interviewee? Write down your own answers.

    a. ____
    b. ____
    c. ____
    d. ____
    e. ____

B. Hỏi ý kiến 1

1. Prepare a list of questions to survey students' opinions about:

    a. the school library   d. learning VN language
    b. the students' cafeteria   e. a good VN restaurant in town
    c. Grace Vanderwaal music   f. watching TV on weekends

    a. ____
    b. ____
    c. ____
    d. ____

    e. ____

    f. ____

2. Use as many as descriptive adjectives you have learned to answer the survey of opinions above.

    a. ____

    b. ____

    c. ____

    d. ____

    e. ____

    f. ____

C. Hỏi ý kiến 2: *Hãy trả lời những câu hỏi sau:*

1. Bạn thích sống ở đâu nhất? Tại sao vậy? ___________________________

____

2. Theo bạn, trường đại học nào lớn nhất nước Mỹ? Và trường nào nổi tiếng (*famous*) nhất?

____

____

3. Theo ý bạn, cơm (*food*) của những nước nào ngon? Bạn thích ăn cơm nước nào nhất?

____

____

4. Bạn thấy nói tiếng Việt dễ hơn hay khó hơn viết tiếng Việt? Tại sao vậy?____________________

____

____

5. Bạn thấy bài hát (*song*) nào hay nhất năm nay?________________________________

____

6. Cuốn phim nào hay nhất và cuốn phim nào dở nhất tháng này? Tại sao? ____________

____

____

D. Viết luận 75 - Người bạn thân của tôi

Writing a 75-word composition introducing one of your best friends and describe his/her physical appearance and character and why you two are good friends. <u>Do not merely answer the questions in the outline!</u>

DÀN Ý

1. **Mở bài:** Bạn thân của bạn tên gì, bao nhiêu tuổi, học ngành nào, ở đâu?

2. **Thân bài:**
    -Ngoại hình/Bề ngoài của người bạn này như thế nào?
    -Tính tình của người bạn này như thế nào?
    -Sở thích của người bạn này là gì? Có sở thích nào giống (*same*) sở thích của bạn không?

3. **Kết luận:**
    Tại sao bạn và người bạn này thân với nhau?

____

____

____

____

____

____

____

____

____

____

E. Thành ngữ Việt Nam - *Vietnamese Idioms*

Look at few comparisons in Vietnamese. What are the English equivalents?

Vietnamese similes	Literal meaning	English equivalents
Chậm như rùa	Slow as a tortoise	_______________________
Nhanh như chớp	Quick as a lightning	_______________________
Đẹp như trăng rằm	Beautiful as a full moon	_______________________
Đẹp như tiên	Beautiful as a fairy lady	_______________________
Xấu như ma	Ugly as a ghost	_______________________
Ngu như bò	Stupid as a cow	_______________________
Mềm như lụa	Soft as silk	_______________________
Nhát như thỏ	Coward as a rabbit	_______________________

F. Tìm bạn – *Looking for friends*

The following personal ads are posted on VNExpress website. Read these ads and scan them in order to complete the following tasks.

***Chú thích:** You don't have to understand every word in the ads to do this exercise. Try to understand the unknown words and guess its meanings in context.

#1

Tiêu đề **Tìm bạn gái xinh đẹp trẻ tuổi**

Nội dung Tôi muốn làm quen với các bạn gái trẻ tuổi dịu dàng, xinh đẹp. Xin liên lạc Anh Tuấn ở số ĐT 0912235505. Xin cảm ơn

Liên hệ Anh Tuấn

Địa chỉ Hà Nội

Điện thoại 84-091-2235505

Email anh9anh@yahoo.com

#2

Tiêu đề **Tìm bạn gái thích kinh doanh**

Nội dung Tìm bạn gái thích nghề kinh doanh và xinh, tuổi từ 17 đến 19

Liên hệ Đỗ Quốc Dũng

Địa chỉ Phòng 208_k9 Khu Tập Thể ĐHBK Hà Nội

Điện thoại 09014225875

Email khoangkhac_khoquen2@yahoo.com

#3

<u>Tiêu đề</u>	**Tìm bạn trai yêu thích khiêu vũ cổ điển**
<u>Nội dung</u>	Nữ SN2002, yêu thích khiêu vũ cổ điển và du lịch mong được làm quen với bạn trai có cùng sở thích.
<u>Liên hệ</u>	Thu Phương
<u>Địa chỉ</u>	Hà Nội
Email	dtphuong2002@yahoo.com

#4

<u>Tiêu đề</u>	**Tìm bạn trai**
<u>Nội dung</u>	Tôi tên là Xuân Hà, 18 tuổi, cao 1m55, hiện đang làm việc ổn định tại Hà Nội. Muốn tìm bạn trai 18-22 tuổi để kết bạn.
<u>Liên hệ</u>	Xuân Hà
Điện thoại	09783502701
Email	xuanha05@yahoo.com

#5

<u>Tiêu đề</u>	**Tìm một bạn trai vui tính**
<u>Nội dung</u>	Cần tìm 1 bạn trai tuổi từ 22-28. Vui tính, trung thực, có trình độ, hình thức khá.
<u>Liên hệ</u>	Linh
<u>Địa chỉ</u>	Hà Nội
Email	bnx0608@hotmail.com

#6

<u>Tiêu đề</u>	**Tìm bạn gái**
<u>Nội dung</u>	Tìm một người bạn gái ở Saigon, 20-25tuổi, cao 1.6m trở lên, tóc dài. Xin gởi hình cho xem trước: albertngo07@yahoo.com
<u>Liên hệ</u>	Albert Ngô
Email	albertngo007@yahoo.com

Sau khi đọc

1. Check the appropriate boxes:

	#1	#2	#3	#4	#5	#6
a. Which ads only look for female friends?						
b. Which ads are written by a female?						
c. Which ads are written by a male?						

2. Which ads provide the following information about the person who placed the ad?
   Check the appropriate box.

	#1	#2	#3	#4	#5	#6
a. Age						
b. Character or Personality						
c. Physical appearance						
d. Occupation						
e. Hobbies and/or Abilities						
f. Education						

3. Read the ads one more time. Give answers to the following questions by writing the number of the
   appropriate ad in the blanks.

   a. Những người sau đây thích mẩu rao (*personal ad*) nào?

   Tính tình   **Mẩu rao**

   -wants to find a music-loving friend? __________

   -wants to find a friend who is jovial?__________

   -likes traveling?________________

   -has a business mind?__________

   b. Còn bạn, bạn thích mẩu rao nào? Tại sao?____

   ____

4. Bạn muốn giúp (*to help*) một người bạn Việt Nam tên là Thu. Thu là nữ, 19 tuổi, xinh và cao 1m 65. Thu
   học ngành thương mại. Sau khi tốt nghiệp Thu muốn làm nghề thương mại hay kinh doanh. Bạn nghĩ Thu sẽ
   thích mẩu rao vặt nào? Tại sao vậy?

   ____

   ____

   ____

   ____

   ____

G. Ô chữ

Use the following cues to complete the word puzzle. The cues are **the antonyms** of the entries.

Write each entry with no space in between and no diacritic marks.

For example: **dễ thương** ➞ **khothuong**

Ngang

2. be vicious, mean

4. be difficult

5. be unpleasant

8. be open-minded

10. be charming

11. be gentle

Dọc

1. be strict, difficult

2. be easy going

3. be friendly

6. be a good person

7. be a bad person

9. be lovable

TẬP NGHE 🎧

A. Tìm bạn gái.

Audio **Chapter 8 #A** via: https://presslenguyen.wixsite.com/lenguyenpress/wb-listen

Việt is looking for a date. Listen to him talking about his likes and dislikes in term of character and pastimes. Then read the statements below and mark them either **Đúng** (Đ) or **Sai** (S):

1. _____ Việt is an undergraduate student.

2. _____ He likes someone who also likes sports.

3. _____ He does not like someone who is shy or timid.

4. _____ He likes someone who is easy going and charming.

5. _____ On weekend, he often stays home to watch movies.

6. _____ He often goes dancing Friday night.

B. Làm mai/Làm mối

Audio **Chapter 8 #B** via: https://presslenguyen.wixsite.com/lenguyenpress/wb-listen

Mai Li is reading an email of her best friend, Misa who is in Sài Gòn right now. Misa wants to introduce Mai-Li to Phong, a student she just met in school. Listen to Misa's email message and circle the correct answer for each sentence below:

1. Phong is _____

   a. 20 years old   b. 21 years old   c. 22 years old

2. He is a _____

   a. sophomore   b. junior   c. senior

3. He is _______ and _______.

   a. tall and slim   b. tall and big build   c. short and a little chubby

4. Phong has _______________________

   a. brown eyes, long brown hair, and a long face

   b. black eyes, short hair, and a square face

   c. a tan complexion, a square face, and short hair

5. He is _______________________

   a. easy going, charming, and talkative

   b. gentle, quiet, and has a good sense of humor

   c. intelligent, friendly, and self-confident.

CHAPTER 9 – Student Belongings

TẬP VIẾT & TẬP ĐỌC

A. Tặng quà – *Gift giving*

Imagine that you just won a raffle prize and are preparing the gift list for this holiday season. Write sentences describing what you plan to give to each person in your list and why. Beside **cho** you can also use **tặng** (*to give gift to peers or people who are same age*) and **biếu** (*to give gifts to someone who are older and whom you must show respect*). The first line has been done as an example for you

1. ông nội tôi: *Tôi sẽ biếu ông nội tôi một cái máy tính bảng mới vì năm sau ông sẽ đi Việt Nam.*

2. mẹ tôi: ____

   ____

3. bố tôi ____

   ____

4. ____

   ____

5. ____

   ____

B. Using cho as *for*

Fill in the blanks with suitable activities and objects for each sentence below.

Ví dụ: *Hôm nay tôi đi <u>mua **cho**</u> em tôi <u>hai cái bút</u>.*

             *Cô cần <u>mua quà</u> (present) **cho** ai vậy?*

1. Anh Dũng muốn ___________________________________ em gái anh ấy.

2. Hôm nay chị có phải (must)___________________________ mẹ của chị không?

3. Cô cần ___________________________________ ai cái túi xách này vậy?

4. Tuần sau tôi định ___________________________________ gia đình tôi.

5. Bà Ninh thích ___________________ các con của bà ___________________.

6. Tôi cũng cần ___________________ bạn tôi ở Việt Nam ___________________.

C. Nhờ vả - *Asking for favors*

Write four requests you would ask your roommate to do for you while you are sick / when you are too busy.

Ví dụ: *Bạn __ **cho** mình __ nhé / nghe / được không?"* OR *Bạn ______ **cho** tôi nhé / nghe / được không?*

1. ____

2. ____

3. ____

4. ____

D. Đọc báo mạng – *Reading online magazine*

Trước khi đọc – Before reading

1. Does the sale promotion of certain products often entice you to buy that product?
2. What type of sale promotions do you prefer: buy-one-get-one-free, gift with purchase, or discount price for the second items?

Hãy đọc một mẩu tin ngắn sau trong một tờ tạp chí mạng ở Việt Nam.

Now read the following sale promotion in an online magazine in Vietnam and be ready to answer the questions after reading.

KHUYẾN MÃI

CƠ HỘI LỚN CÙNG DELL

Từ nay đến cuối tháng 10, khách hàng mua sản phẩm máy tính chính hãng Dell™ thuộc các dòng XPS, Gaming, Inspiron, Vostro model 3000, 5000 và 7000 có cài sẵn HĐH Windows 11 được phân phối chính hãng tại MediaMart sẽ được sở hữu ngay quà tặng sau:

-01 ba lô máy tính xách tay trị giá $300,000VNĐ

-01 phiếu mua hàng trị giá $500,000VNĐ.

Chương trình khuyến mãi này dành cho 500 khách hàng mua máy tính xách tay và 100 máy tính bảng đầu tiên. Ngoài ra, khi mua sản phẩm Dell tại các đại lý Dell trên toàn quốc với thẻ bảo hành 3 năm, khách hàng sẽ được nhận quà tặng: 1 bộ tai nghe không dây TOZO T12 và 1 vé live show.

Sau khi đọc

1. What type of merchandise does the sale promotion promote? _________________________________

2. Without looking the following words in a dictionary, guess the ENGLISH meaning of:

   thẻ bảo hành 3 năm: _____________________ *bộ tai nghe không dây*_____________________

3. What are other unknown words you can also guess the meaning based on context? Write them and their

   English equivalents: ____

   ____

4. To get the sale incentives that worth $800 000 VNĐ, what do you have to buy? _______________________

5. To receive a set of earbuds and one live show ticket, what do customers have to buy?_______________________

6. Write a short email message in **Vietnamese** to tell a friend about this sale promotion and what you plan to buy.

TẬP NGHE 🎧

A. Cái này của ai?

Audio **Chapter 9 #A** via: https://presslenguyen.wixsite.com/lenguyenpress/wb-listen

The collection of lost-and-found at a school has accumulated so many items. Cô Lan is trying to find the owners of these things. Listen as she is asking her students about these various objects, and then match each object to its owner. Write the letters associated with the students' name in the spaces provided.

1. notebook _____	a. Hương	4. dictionary _____	d. Dũng
2. pencil _____	b. Liêm	5. MP3 music _____	e. Loan
3. pen _____	c. Hùng	6. cell phone _____	f. Hà

B. Đồ dùng thất lạc – *Lost and found*

Audio **Chapter 9 #B** via: https://presslenguyen.wixsite.com/lenguyenpress/wb-listen

Listen to the postings of students who have lost their belongings. Match each description you hear with a picture below. Write the number of the description under each picture.

C. Ở đâu?

Audio **Chapter 9 #C** via: https://presslenguyen.wixsite.com/lenguyenpress/wb-listen

Look at the picture of Vi-Anh's bedroom. Listen to the questions and complete the following sentences using the appropriate vocabulary and classifiers for things and furniture and location words such as **trên, dưới, cạnh, trước, sau, trong, gần, sát.**

Từ vựng cần biết:

giường – *bed*   cửa sổ - *window*   bàn học – *student desk*   tủ quần áo - *dresser*

1. Vi-Anh để _______________ ở _______________ cái giường.

2. Có _____________________________ ở dưới cái giường.

3. Cái _____________ của Vi-Anh ở _______________ tủ sách và cửa sổ

4. _______________ bàn học có _______________, _______________ và _______________.

5. Vi-Anh để _____________________________ ở _______________ tủ quần áo.

6. Quyển từ điển ____

CHAPTER 10 - At the shop

TẬP VIẾT & TẬP ĐỌC

A. Quần áo

Write a brief paragraph about

1. what you are wearing today. Be sure to include colors. If you remember, tell when and/or when you bought or received each item.

____

____

____

2. what you and your date wore on your first date or on a chosen day that is most memorable to you.

____

____

____

B. Sắp va-li – *Packing*

Your Vietnamese pen pal is going to visit you soon. S/he asks your advice what kind of clothes to pack for her/his two-week trip and what kind of souvenirs from Vietnam s/he should take to give as gifts. Give her/him some advice based on the current weather where you live.

____

____

____

____

____

____

C. Bài đọc 1:

Trước khi đọc:

November 20 was chosen the Teachers' Day in Vietnam. Teachers in Vietnam receive many presents from the parents and students on that day.

1. Nếu ở Việt Nam, bạn sẽ mua gì để tặng thầy giáo hay cô giáo của bạn?

2. Bạn nghĩ người Việt Nam thường tặng quà nhau trong những dịp nào ngoài (*beside*) dịp Ngày Nhà giáo?

Hãy đọc

The reading passage below was excerpted from báo mạng VXpress:

http://www.vnexpress.net/Vietnam/Doi-song/Mua-sam/2006/11/3B9F05D6/

Chọn quà tặng cho ngày Nhà giáo

Siêu thị cũng là một địa chỉ mua quà cho ngày nhà giáo. Ảnh: *Hoàng Hà.*

Danh sách quà tặng cho dịp lễ 20/11 năm nay khá phong phú với nhiều sản phẩm tiêu dùng được "đóng gói sẵn", trang trí dễ thương, giúp người mua dễ lựa chọn với mức giá không quá đắt.

Bút viết các loại, sổ tay, cặp xách là món quà đơn giản và lịch sự. Các nhà sách đã chuẩn bị sẵn khoảng 20 loại khác nhau, bao gồm hộp sổ tay và bút, hộp bút máy, bút chì, bút khắc chữ đặt trong hộp gỗ...

Thiết thực, được nhiều phụ huynh chọn là các hộp quà áo sơ mi, cà vạt cho thày và vải áo dài cho cô. Các nhãn hiệu may mặc quen thuộc của Việt Nam đã có nhiều loại hộp quà từ cao cấp đến bình dân trong mức giá từ 120.000 đồng đến trên 1 triệu đồng.

Tại các cửa hàng, có hàng trăm món khác nhau có thể dùng làm quà tặng, nhưng người mua cần cẩn trọng, chọn thật kỹ vì sự khác nhau giữa quà tặng thày cô với quà tặng sinh nhật, đám cưới, tân gia đôi khi chỉ nằm ở dòng chữ hay giấy dán "20.11" hoặc "Mừng ngày hiến chương". Có thể chọn những bộ tách uống trà bằng gốm sứ hình hoa trái, lập thể; bình cắm hoa bằng thuỷ tinh hay pha lê, ống cắm bút có kiểu dáng lạ bằng chất liệu nhựa poly hoặc gỗ...

(Theo *Sài Gòn Tiếp Thị*)

Sau khi đọc

1. Viết tóm tắt đại ý (*main idea*) bài báo này bằng tiếng Anh: _________________________________

____

____

____

2. Hãy đoán nghĩa tiếng Anh của những từ sau:

   a. *quà tặng* _______________   d. *cà vạt* _______________

   b. *phụ huynh* _______________   e. *bình cắm hoa* _______________

   c. *bút máy* _______________   f. *ống cắm bút* _______________

3. List the things that are most chosen as gifts for teachers according to the article.

   ____

   ____

   ____

TẬP NGHE 

A. Hỏi giá tiền:

Audio **Chapter 10A** via: https://presslenguyen.wixsite.com/lenguyenpress/wb-listen

Mai-Linh is at a shop in Old Quarter Hà Nội. She is looking for a birthday present for her mother. Listen to the conversation between her and a sales clerk and write down the price for each item below:

_______________ đồng

_______________ đồng

_______________ đồng

_______________ đồng

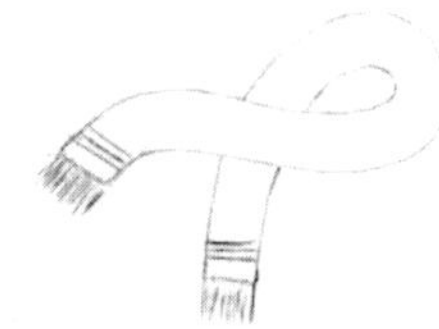

_______________ đồng

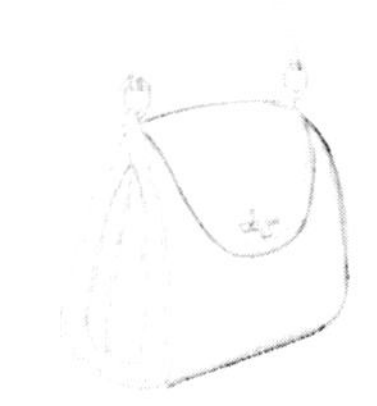

_______________ đồng

B. Đi mua quà – *Shopping for gifts*

Audio **Chapter 10B** via: https://presslenguyen.wixsite.com/lenguyenpress/wb-listen

Xuân-Mai is shopping for a gift to send to her sister for her birthday next week. Listen as she shops at a silk shop in Phố Hàng Gai in Hà Nội. Then, complete each sentence below by choosing the best answers.

Từ vựng cần biết: nơ – *ribbon*

1. Xuân-Mai wants to find something in __________ for her sister.
    a. pink color   b. cream color   c. purple color

2. She doesn't want the blouse because it is too ________.
    a. expensive   b. long   c. dark

3. She doesn't like the first handbag, which is too ______.
    a. cheap   b. large   c. small

4. She agrees to pay ___________ for the purple handbag.
    a. $350,000 đồng   b. 250,000 đồng   c. 150,000 đồng

5. Xuân-Mai wants a __________ ribbon for the gift.
    a. white   b. pink   c. red

C. Đi mua sắm hàng đại hạ giá – *Shopping at a big clearance sale*

Audio **Chapter 10C** via: https://presslenguyen.wixsite.com/lenguyenpress/wb-listen

Quyên and Vi-Anh have just returned from a big clearance sale at Diamond shopping center in Sài Gòn. Listen as they show each other what they bought. Then mark each statement either **Đúng** (true) or **Sai** (false) and fill-in-the blanks with correct information.

1. _______   Vi-Anh bought a skirt, a scarf, two pairs of shoes and sandals.

2. _______   Quyên thinks Vi-Anh's skirt is a bit small.

3. Quyên paid $_____________ for her scarf and $_____________ for each T-shirts.

4. _______   Quyên did buy several pairs of sandals too.

5. Vi-Anh spent $ _______________ while Quyên spent only $ _________________

6. _______   Both Quyên and Vi-Anh wanted to go back to the store tomorrow.

7. Quyên wants to go back to the store to buy _________________________________

CHAPTER 11 – Weather and Holidays

TẬP VIẾT & TẬP ĐỌC

A. Dự báo thời tiết

Chọn một nơi bạn muốn đi du lịch cuối tuần này. Sau đó, lên mạng (*online*) và tìm xem dự báo thời tiết ở nơi đó cuối tuần này như thế nào và hoàn thành (*complete*) bảng thông tin dưới đây:

Nơi bạn sẽ đi:	Thời tiết ngày thứ bảy	Thời tiết ngày chủ nhật
___________		
Bạn sẽ làm gì và đi đâu?		

B. Thời tiết

Hãy xem ba bức tranh dưới đây. Hãy đoán (*guess*) xem những nhân vật trong tranh đang nói hoặc đang nghĩ gì về thời tiết. Viết càng nhiều càng tốt (*the more you can write, the better*!).

C. Hôm nay thời tiết như thế nào và bạn thấy như thế nào?

Thời tiết có thể thay đổi (*change*) chương trình nghỉ hè (*vacation plan*). Xem những bức hình dưới đây và viết bạn thấy như thế nào và sẽ làm gì với thời tiết này khi bạn đi nghỉ hè.

Ví dụ: *Hôm nay trời âm u. Tôi thấy buồn và muốn ở nhà nghe nhạc và đọc sách.*

1. Hôm nay trời ____

    ____

2. ____

    ____

3. ____

    ____

D. Ngày lễ tết

Một người bạn mới học tiếng Việt muốn biết về những ngày lễ tết quan trọng nhất của người Việt. Hãy viết một thư điện tử để giới thiệu Tết Nguyên Đán và Tết Trung Thu và so sánh (*compare*) chúng với hai ngày lễ tương tự (*similar*) nơi bạn đang sống.

____

____

____

____

____

____

____

____

____

____

TẬP NGHE

A. Xem video #1

Bạn đã có dịp đón Tết Nguyên Đán ở Hà Nội chưa?

Bạn nghĩ người Hà Nội làm gì trong ngày mồng một Tết?

Hãy xem video phóng sự dưới đây để biết người Hà Nội đón Tết như thế nào nhé.

<u>Xem từ 00 đến 04:14</u>   **Chapter 11 #A** via https://presslenguyen.wixsite.com/lenguyenpress/wb-listen

Sau khi xem

Gia đình người Hà Nội này đón Tết và ăn Tết trong ngày mồng một Tết như thế nào? Nhà của họ trang hoàng như thế nào, họ mặc quần áo như thế nào, họ làm gì, nói gì và ăn những gì?

____

____

____

____

____

____

____

____

B. Xem video #2

Theo phóng viên của báo Thanh Niên, *"Tết truyền thống là dịp mọi người sum họp gia đình, thăm viếng ông bà, họ hàng, ăn uống, quây quần bên nhau… Tuy nhiên, những năm gần đây, nhiều người chọn "chơi tết" bằng những du lịch thay vì "ăn tết" tại nhà. Vậy người dân TP.HCM muốn đi du lịch hay ở nhà ăn Tết?*

Các bạn đoán có nhiều người dân Sài Gòn muốn đi du lịch hay ở nhà ăn Tết?

Hãy xem phóng sự video này: **Chapter 11 #B** via https://presslenguyen.wixsite.com/lenguyenpress/wb-listen

Từ vựng mới:

đoàn tụ/sum họp - *to reunite*	dành thời gian cho gia đình – to spend time with family
a lô – *(slang)* to telephone	tách khỏi thế giới xung quanh – *to remove oneself from the outside world*
có ý nghĩa – be *meaningful*	viếng mộ - to visit the graves of loved ones

Sau khi xem:

*Please mention the interviewees' name when answering the below questions.

1. How many interviewees want to celebrate Tết with their family and loved ones? Why so? List all reasons.

____

____

____

____

____

____

____

____

____

____

____

2. How many interviewees want to travel during Tết? What are their reasons?

3. Which answer (s) to the last question "*Với bạn, thế nào là một cái Tết ý nghĩa?*" do you like most, why?

4. Conduct a quick survey in your class to find out how many classmates would plan to travel during holiday seasons
    and what are their reasons: *Trong kỳ nghỉ lễ cuối năm, bạn có dự định đi du lịch ở đâu không, tại sao?*

5. Afterward, write a short report in Vietnamese to submit as homework.

CHAPTER 12 – Phone Calls

TẬP VIẾT & TẬP ĐỌC

A. Nghe điện thoại

Your telephone connection is not working properly today. You also listen to other people talking when you are on the line. Each phrase on the left goes with the response on the right. Match the correct response with each line on the left.

I.

1. Chào bà, xin vui lòng cho tôi gặp cô Lan. ___

2. Xin ông chờ máy, tôi sẽ gọi cô ấy. _____

3. Xin lỗi, ông gọi nhầm số rồi. ______

4. A lô? ______

5. Xin lỗi, Giang đi vắng rồi. ______

6. Xin lỗi, ai ở đầu giây ạ? _______

II.

a. A lô, Hạnh hả? Long đây.

b. Làm ơn cho tôi nhắn với cô ấy.

c. Cám ơn anh.

d. Tôi là Hùng.

e. Có phải đó là số 098547013 không ạ?

f. Phượng à, có điện thoại.

B. Gọi điện thoại

Write out telephone conversations based on the following scenarios:

1. **Thanh** là bạn cùng nhà với Minh. Hôm nay Minh bị cảm và phải nghỉ học ở nhà và đang ngủ. Một người bạn gọi điện thoại cho Minh. Thanh trả lời điện thoại cho Minh.

   Đạt gọi điện cho Minh vì anh có việc bận và không thể đi xem bóng rổ với Minh chiều thứ bảy được. Anh nhờ Thanh nhắn với Minh.

   Chuông điện thoại: Reng! Reng! Reng!

   Thanh: ____

   Đạt: ____

   ____

   ____

   ____

2. **Dung** là thư ký cho bà Hương, giám đốc của hãng Mega Fashion ở Sài Gòn. Hôm nay 2 giờ trưa bà Hương mới đến văn phòng. Dung nghe điện thoại cho bà Hương và ghi lại lời nhắn cho bà.

   Tiến: Ông gọi điện đến hãng Mega Fashion và muốn hẹn gặp bà Hương lúc 10 giờ sáng thứ sáu tuần này.

   Chuông điện thoại: Reng! Reng! Reng!

   Dung: ____

   Tiến: ____

   ____

   ____

   ____

   ____

3. **Tuyền** mới có số điện thoại mới: 84 28 3551 2723. Không may (*unfortunately*) cho chị số điện thoại này gần (*almost*) giống số điện thoại của ngân hàng Vietcombank: 84 28 3551 2722. Có rất nhiều người nghĩ là họ đã gọi cho Vietcombank nhưng thật ra họ **gọi nhầm** số ĐTDĐ của Tuyền!

   Khách hàng của Vietcombank bấm nhầm số : 84 28 3551 2723. nhưng nghĩ là đã gọi số 84 28 3551 2722. Người này hỏi gặp ông giám đốc Vietcombank.

   Chuông điện thoại: Reng! Reng! Reng!

   Tuyền: ____

   Khách hàng: ____

   ____

   ____

   ____

   ____

C. Ô chữ

Use the following cues to complete the word puzzle. Write each entry with **no space** in between and **no diacritic marks**. For example: **chèo thuyền** ➡ **cheothuyen**

Ngang

3. to call back
4. to answer the phone
6. there is something important
9. to call
12. long distance phone

Dọc

1. answering machine
2. to be away
5. telephone
6. to have an appointment or date
7. to make an appointment
8. to ring someone
10. to hang up
11. to hold the phone (to wait)

TẬP NGHE 🎧

A. Để lời nhắn:

Audio **Chapter 12 #A** via: https://presslenguyen.wixsite.com/lenguyenpress/wb-listen

Listen to different people ring an office asking to speak to someone. Unfortunately, those people are not in or not available. Check what each caller will do.

	1	2	3	4	5	6
leave message						
make an appointment						
wait						
ask to speak to someone else						

B. Nghe điện thoại

Audio **Chapter 12 #B** via: https://presslenguyen.wixsite.com/lenguyenpress/wb-listen

Your telephone connection is not working properly today. You keep listen to other people talking whenever you are on the phone. However, you could not hear the response of their conversation. Each phrase below is the response goes with what you are listening. Number the correct response which corresponds with what you hear.

______   Xin lỗi tôi gọi nhầm số.   ______   Mai hả. Phong đây.

______   Xin cô cho tôi gặp bác sĩ.   ______   Xin lỗi chị, anh Dũng đi làm rồi.

______   Chị cho tôi nhắn anh Thành gọi tôi ở sở.   ______   Xin bà vui lòng chờ máy.

C. Máy nhắn điện thoại

Audio **Chapter 12 #C** via: https://presslenguyen.wixsite.com/lenguyenpress/wb-listen

Listen to the following phone message Lan left in Chi's answering machine, then answer the following questions IN ENGLISH.

1. What does Lan plan to do Sunday afternoon? ____

2. Why can't Bảo go there with her? ____

3. What does Chi have to do before 9 a.m. tomorrow? ____

4. What will Lan has to do at 10 a.m. tomorrow? ____

CHAPTER 13 - Food and Restaurant

TẬP VIẾT & TẬP ĐỌC

A. Đi chợ

Write 3 of your favorite dishes. Then, write the name of the main ingredients of each dish with the appropriate classifiers/counters, weights, or containers.

Ví dụ: món spaghetti: 3 quả cà chua hay 1 hộp cà chua hộp, 1/2 củ tỏi, 1 củ hành tây, ½ gói mì Ý

____

____

____

B. Giá cả - *Prices*

1. You and your roommate both enjoy grocery shopping at a wet market in Vietnam and finding good bargain. This morning, your roommate and you agree to go shopping alone and will compare your purchases at home to see which one of you can really bargain well. Following are your and your roommate's shopping lists:

-2 kg. apples	-1/2 kg pork	-1 package of tea
-1/2 dozen mangoes	-300 gr. shrimp	-1 bottle of fish sauce
-1 hand of bananas	-1 medium duck	-2 loaves of bread

Now write the questions you or your roommate would ask each other in order to find out how much the other paid for 6 of the above items. Be sure to use appropriate classifiers, counters, or containers.

1. ____

2. ____

3. ____

4. ____

5. ____

6. ____

C. Các món ăn

What are you going to cook or serve if you have the following people over for dinner? Write a couple sentences in Vietnamese to describe what you are going to make and the names of the dishes served.

1. (bố mẹ) _____________________________________

2. (cô giáo/thầy giáo)_________________________________

3. (bạn gái/bạn trai)____

____

4. (một người họ hàng bạn không thích lắm!) ___________________________________

____

____

D. Thức ăn ưa thích

Interview a classmate in Vietnamese about his favorite foods: fruits, vegetables, meat, and seafood based on the prompts below. Then, report both your questions and your partner's answers in VN.

Ví dụ: Find out what s/he wants to eat now.

QUESTION: *Bây giờ bạn muốn ăn gì và uống gì?*

ANSWER: *Bây giờ mình muốn ăn phở và uống cà phê.*

Tên người bạn: _______________________________________

1. Find out which kind of fruits she/he likes to eat most.

QUESTION: ____

ANSWER:____

2. Find out which fruits she/he likes to eat more: apple or orange?

QUESTION: ____

ANSWER:____

3. Find out if she/he has ever eaten durian.

QUESTION: ____

ANSWER:____

4. Find out which her/his favorite vegetables are.

QUESTION: ____

ANSWER:____

5. Find out what kind of meat she/he does not eat often.

QUESTION: ____

ANSWER:____

6. Find out which she/he often eats: fish, shrimps, crabs, or squids.

    QUESTION: ____

    ANSWER: ____

E. Thức ăn và món ăn

A Vietnamese friend of yours would like to know what typical American breakfast and lunches are like. Answer the following questions in <u>full and complete sentences</u>:

1. Buổi sáng người Mỹ thường ăn gì?____

    ____

2. Họ thường uống gì trong khi ăn sáng?_____________________________________

    ____

3. Còn bạn, bạn thường ăn sáng như thế nào? ________________________________

    ____

4. Người Mỹ thường ăn trưa ở đâu? Và họ ăn những món gì? __________________

    ____

F   Tập đọc

Trước khi đọc

Vending machines are not popular in Vietnam yet although several types of coins have been introduced since 2003 to encourage and prepare for the introduction of vending machines.

Hãy đọc

The reading passage on the next page is an excerpt from an online magazine for students, ***Mực tím.***
http://muctim.com.vn/Vietnam/The-gioi-tuoi-moi-lon/Ban-trang-lua/2006/10-27/7835/print.asp

Sau khi đọc

1. Hãy đoán *vending machine* tiếng Việt là gì? ____________________________

2. Hãy cho biết những câu sau đây **Đúng** hay **Sai:**

    a. ______   Có tất cả năm học sinh đã cùng nhau chế tạo cái máy này.

    b. ______   Tất cả năm học sinh này đang học lớp 10 ở trường Trung học cơ sở (THCS) chuẩn

                 quốc gia Lê Quý Đôn.

    c. ______   Họ đã mất ________tháng và mất $ __________để chế tạo cái máy này.

3. Cái máy này bán ________ loại nước ngọt: ________________ và ________________ .

4. ________________ đã vẽ hình hai con vật: con ____________ và con ____________ trên máy.

Máy bán nước mi ni

Nhóm bạn "máy bán nước học trò"

Bạn đừng nghĩ chỉ có người lớn mới tạo ra được máy bán nước tự động nhé. Năm người bạn giỏi giang của chúng ta cũng đã làm được chuyện to lớn ấy đấy. *Họ là ai vậy? Và ý tưởng này xuất phát từ đâu?*

Có thể mang đi

Ngay tại thành phố, máy bán nước tự động to đùng cũng rất ít. Năm người bạn gồm Thành Chung, Nguyệt Tâm, Quốc Quỳnh (lớp 9/2 THCS chuẩn quốc gia Lê Quý Đôn, Q.11), Hồng Chân (lớp 10 chuyên Tin THPT chuyên Lê Hồng Phong) và Anh Dũng (lớp 10 chuyên Tin PT Năng Khiếu) cùng chung ý tưởng: sản xuất máy bán nước mi ni có thể mang tới mang lui để bán cho học trò. Mới bắt tay vào làm, nhóm đã làm

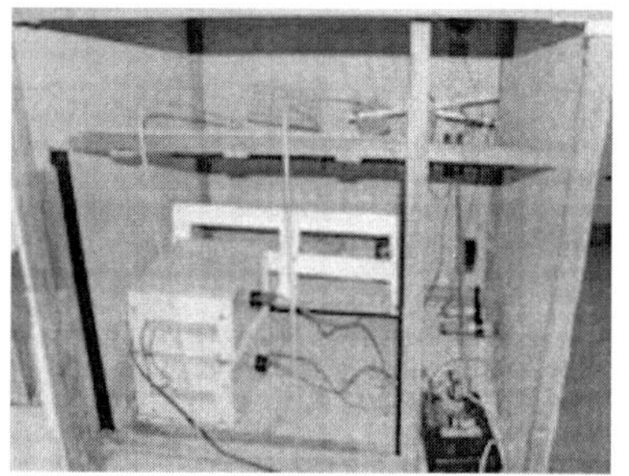

Phía bên trong của máy

cháy sém gần cả chục mô-tơ điện khiến ai cũng lo lắng, cứ tưởng việc sẽ không thành. Nhưng sau một tháng ăn, uống, ngủ, nghiên cứu tại phòng thí nghiệm của trường Lê Quý Đôn (Q.11) thì sản phẩm trên đã được ra đời. Bạn đoán cái máy ấy đã ngốn hết của các bạn ấy bao nhiêu chi phí? Khoảng 15 triệu đó.

Chiếc máy với những hình vẽ ngộ nghĩnh

5.000 đồng 1 lon nước ngọt

Vì chiếc máy hơi nhỏ nên chỉ bán hai loại nước uống thôi. Bạn xoay công tắc để chọn loại nước mình cần. Xong bạn thả 5.000 đồng vào, đồng xu chạy theo rãnh rơi xuống dưới tác động lên một đầu cục nam châm vĩnh cửu. Giống như nguyên tắc hoạt động của đòn bẩy, đầu còn lại của nam châm vĩnh cửu sẽ bật lên, đóng mạch điện của chiếc mô-tơ bên trong. Mô tơ chạy và kéo cánh cửa phía ngoài lên, lon nước ngọt lăn ra. Đến lượt bạn đưa nước lên miệng ực cho đã khát. Khi máy vừa ra đời, nhiều bạn tò mò và bỏ thử đồng xu vào và rất thích thú khi thấy nó hoạt động trôi chảy. Để thu hút thêm khách hàng, Nguyệt Tâm tự tay vẽ những con thú vui nhộn như chú cá sấu xanh, vịt con xấu xí đứng nghiêng một bên trên lon coca sủi bọt.

TẬP NGHE 🎧

A. Chiều nay mình ăn món gì?

Audio **Chapter 13 #A** via: https://presslenguyen.wixsite.com/lenguyenpress/wb-listen

Listen to Thành and Sơn talking about what they should prepare for supper, then list the main ingredients for each of the following dishes:

1. canh: ____

2. xào: ____

3. kho (salty brais____

4. tráng miệng: ____

B. Thói quen và món ăn ưa thích:

Audio **Chapter 13 #B** via: https://presslenguyen.wixsite.com/lenguyenpress/wb-listen

Linda and Andrew are conversation partners in a Vietnamese class. Listen to their dialogue about their eating habits and favorite foods and choose the answers that best complete the following sentences.

Từ vựng cần biết: món ăn nhẹ - *light dishes*

Linda:

1. eats _____ meals a day.   a. two   b. three   c. four

2. _____ eats breakfast.   a.   never   b. always   c. sometimes

3. usually has a __________ lunch.   a.   light   b. VN style   c. American

4. seldom eats _________ for supper.   a.   fish b.   beef   c. pork

Andrew:

5. eats _______ meals a day.   a.   two   b. three   c. four

6. _________ eats breakfast.   a.   never   b. sometimes   c. always

7. usually has a ________ lunch.   a.   heavy   b. light   c. American

8. always eats _________ for supper. a.   fish b.   beef   c. pork

C. Đi ăn trưa:

Audio **Chapter 13 #C** via: https://presslenguyen.wixsite.com/lenguyenpress/wb-listen

Việt and Quân are at a fast-food restaurant near their school in Sài Gòn. Listen as they order lunch, then write the receipt for their order.

RECEIPT

Order	Price
_______________________________	$ ________________ đồng
_______________________________	$ ________________ đồng
_______________________________	$ ________________ đồng
_______________________________	$ ________________ đồng
_______________________________	$ ________________ đồng
Total:	$ ________________ đồng

D. Ở hiệu ăn

Audio **Chapter 13 #D via:** https://presslenguyen.wixsite.com/lenguyenpress/wb-listen

Now, listen to Mai-Li and Lisa ordering food at the same restaurant. Then read the statements below and mark them either **Đ** (Đúng) or **S** (Sai):

1. _____   Mai-Li will have vegetable stir-fried with shrimp and steamed rice.

2. _____   This restaurant has many vegetarian dishes.

3. _____   Misa does not want to drink hot tea.

4. _____   Mai-Li will pay 35,000 đồng.

5. _____   A small bowl of beef noodles soup costs 12,000 đồng.

6. _____   Misa will pay 24,500 đồng.

E. Hiệu ăn mới mở

Audio **Chapter 13 #E** via: https://presslenguyen.wixsite.com/lenguyenpress/wb-listen

Listen to Quyên tells Đan about a new restaurant just opened near campus. Then mark each of the below statements either Đ (Đúng) or S (Sai):

1. _______ The new restaurant is located right in front of the school.

2. _______ Both Quyên and Đan have heard about this restaurant but haven't been there yet.

3. _______ This restaurant serves both Vietnamese and Chinese food.

4. _______ There are no vegetarian dishes served in this restaurant.

5. _______ Đan asks Quyên to go eat lunch at this restaurant tomorrow noon.

F. Người phục vụ:

Audio **Chapter 13 #F** via: https://presslenguyen.wixsite.com/lenguyenpress/wb-listen

Today is your first day of training as a waiter/waitress at a Vietnamese restaurant in Hanoi. You follow an experienced waitress and listen to her taking orders from the customers. You also must practice filling in order forms. There are 2 different groups of customers. <u>Write down their orders</u>.

Order No __________ Table No 1	Order No __________ Table No 2
Waiter/waitress:__________________	Waiter/waitress:__________________
Order _______________Quantity: ____	Order _______________Quantity: ____
_________________________________	_________________________________
_________________________________	_________________________________
_________________________________	_________________________________
_________________________________	_________________________________
_________________________________	_________________________________
_________________________________	_________________________________

Order No ______________   Table No 2

Waiter/waitress:__________________

Order ___________________Quantity: _____

____

____

____

____

____

____

____

Order No ______________   Table No 2

Waiter/waitress:__________________

Order ___________________Quantity: _____

____

____

____

____

____

____

____

CHAPTER 14 - Houses

TẬP VIẾT & TẬP ĐỌC  

A. Căn nhà mới của Mai-Linh

1. Look at the picture of Mai-Linh's new house and label all the rooms in the house.

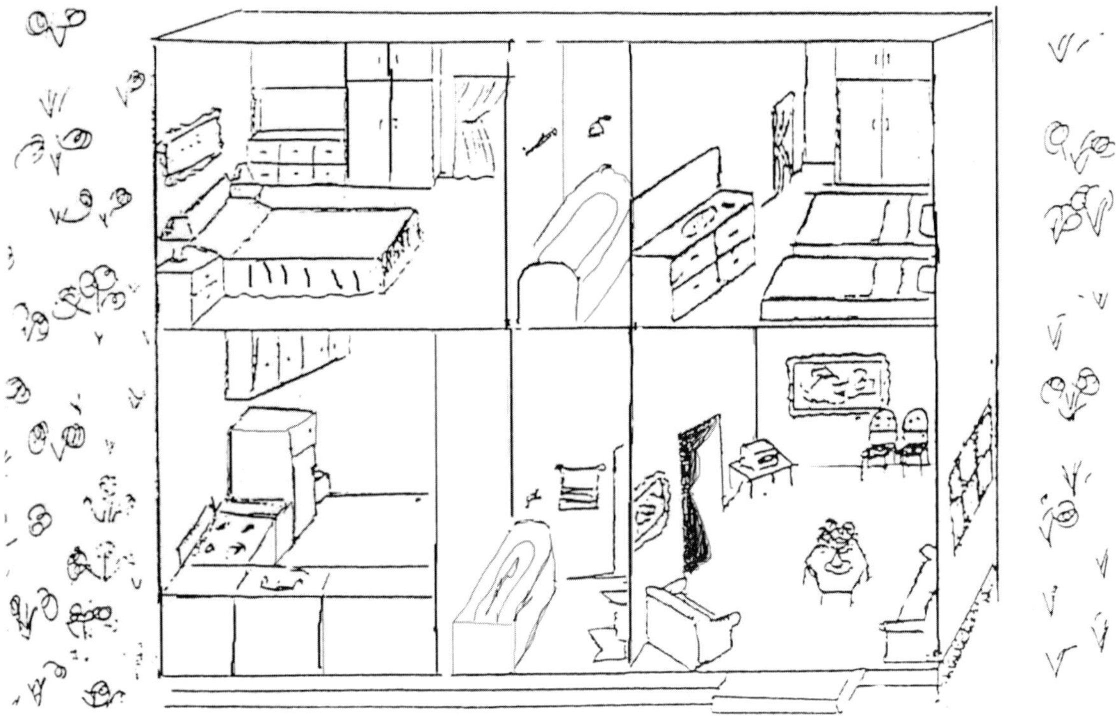

2. Refer to the above picture, use the appropriate vocabulary and location words to complete the following passage describing Mai-Linh's house

Căn nhà Mai-Linh mới dọn vào là nhà ______________. Căn nhà này không lớn nhưng mới và

rất đẹp. ____________ nhà có một phòng ______________, một phòng ____________ và một cái nhà

bếp. ______________ gác/lầu có hai căn ______________________________ và một

că______________. Mỗi phòng ngủ có hai cái ______________________________.

______________ nhà có trồng cỏ (*grass*) và hoa. Căn nhà này không có ___________ để xe.

B. Bạn là nhân viên địa ốc – *You are a realtor.*

Imagine you are a realtor. Based on the list provided below, use appropriate prepositions and/or adjectives to invent 6 property descriptions for advertisements.

Ví dụ: *Một căn nhà <u>nhỏ</u> ở <u>gần</u> biển (ocean).*

         Căn nhà này có hai phòng ngủ ở <u>trên</u> gác/lầu.

Types of houses & rooms	Location & places	Location words & adjectives
biệt thự	thành phố	lớn
căn chung cư/căn hộ	biển (*ocean*)	yên tĩnh
nhà lầu	núi (*mountain*)	gần
nhà hai tầng	công viên (*park*)	xa
nhà trệt / nhà một tầng	trường học	trên
phòng ngủ	thư viện	dưới
phòng khách	chợ (*market*)	trong
phòng tắm	vườn	nhỏ
phòng ăn	nhà để xe/ga ra	xung quanh

____

____

____

____

____

____

____

____

____

____

C. Nhà bán

Look at the below ads and read about the three houses.

NHÀ BÁN

Biệt thự Hoa Hồng

Nhà phố Huy Hoàng

Nhà vườn Hải Âu

-$2 500 000 USD	-$410 000 USD	-$850 000 USD
-Diện tích lô đất: 159.85 m²	-Diện tích lô đất: 70 m²	-Diện tích lô đất: 120 m²
-Diện tích sử dụng: 684 m2	-Diện tích sử dụng: 64 m²	-Diện tích sử dụng: 250 m²
-Bề rộng mặt tiền: 11.5 m	-Bề rộng mặt tiền: 4 m	-Bề rộng mặt tiền: 12 m
-3 tầng, 5 PN rộng, 1 phòng GĐ, 3 PT, nhà để 3 xe	-4 tầng, 4 PN, 3 PT, nhà để 1 xe	-1 tầng, 3 PN, 3 PT
-hồ bơi, vườn hoa, sân ten nít	-vườn nhỏ ở tầng 4	-vườn
-cách núi 1 km, gần công viên	-cách núi 3 km, gần chợ và trường	-cách núi 2 km
-Năm thiết kế: 12/2019	-Năm thiết kế: 11/2020	-Năm thiết kế: 7/2016

Từ vựng cần biết: diện tích – *area*   sử dụng – *to utilize*

Below are statements about the above houses. Are they true – Đ (đúng) or false – S (sai)?

1. _______ Hoa Hồng là ngôi nhà đắt nhất.

2. _______ Huy Hoàng là căn nhà mới nhất.

3. _______ Hải Âu ở xa núi (*mountain*) hơn Huy Hoàng.

4. _______ Hoa Hồng rộng hơn Hải Âu và có nhiều phòng nhất.

5. _______ Hải Âu ở gần núi hơn Huy Hoàng.

6. _______ Đi học và đi chợ từ nhà phố Huy Hoàng gần nhất.

D. Nhà mới

Tuyết just moved to a new place last month. Below is Tuyết's letter describing her new house to Bích-Tâm, her friend. Read her letter on the next page.

> *Tân Bình, ngày 7 tháng 2 năm 200_*
>
> *Bích Tâm thân,*
>
> *Lâu lắm mình không có dịp viết thư cho Tâm vì bận đi học và đi làm thêm. Dạo này Tâm thế nào, khỏe không?   Hai bác và cả nhà vẫn bình thường chứ?*
>
> *Gia đình mình đã dọn về Phú Nhuận được hai tuần rồi. Căn nhà này mới và rộng nhưng xa trường và chợ lắm. Nhà mình có ba phòng ngủ nhỏ, một phòng tắm và một phòng vệ sinh chung cho cả nhà ở trên lầu. Dưới nhà có phòng khách, phòng ăn cạnh nhà bếp và một phòng vệ sinh. Sau nhà có một cái vườn nhỏ.*
>
> *Hè này Tâm về Sài Gòn chơi vài tuần thì nhớ đến thăm Tuyết nhé. Khi nào có internet, mình sẽ viết email cho Tâm và kể nhiều chuyện hơn.*
>
> *Thôi, mình phải học bài và làm bài tập Cho Tuyết gửi lời kính thăm sức khỏe hai bác và cả nhà. Chúc Tâm luôn vui khỏe.*
>
> *Thân mến,*
>
> *Tuyết*

1. Complete the following chart in English.

Advantages	Disadvantages	Type of house	# of bedrooms	Special features

1. After receiving Tuyết's letter, Bích-Tâm calls to tell Tuyết that she just also moved to a new apartment. Write a short dialogue between Bích-Tâm and Tuyết. The first two lines have been done for you.

Điện thoại reng!   Tuyết trả lời:

Tuyết: *A lô?*

Bích-Tâm: *Tuyết đó hả. Bích-Tâm đây.*

____

____

____

____

____

____

TẬP NGHE 🎧

A. Căn nhà của họ:

Audio **Chapter 14 #A** via: https://presslenguyen.wixsite.com/lenguyenpress/wb-listen

Can you figure out who lives where, based on the information you will hear?
These people's names are listed below. Write the occupant's name under their home.

Lan   **Dũng**   **Tuấn**   **Thanh**   **Việt**   **Phượng**

_________   _________   _________

B. Dọn dẹp và trang hoàng nhà

Audio **Chapter 14 #B** via: https://presslenguyen.wixsite.com/lenguyenpress/wb-listen

Today is Saturday, Mai-Li wants to redecorate and tidy up her studio.

1. Take a look at Mai-Li's bedroom below.
2. Listen to the description of Mai-Li's room after she completes the tasks.
3. Complete the picture below by drawing the common objects mentioned in the narrative and label them:
    a study desk, a night table, some chairs, a dresser, a TV, a coffee table, a bookcase, and pictures.

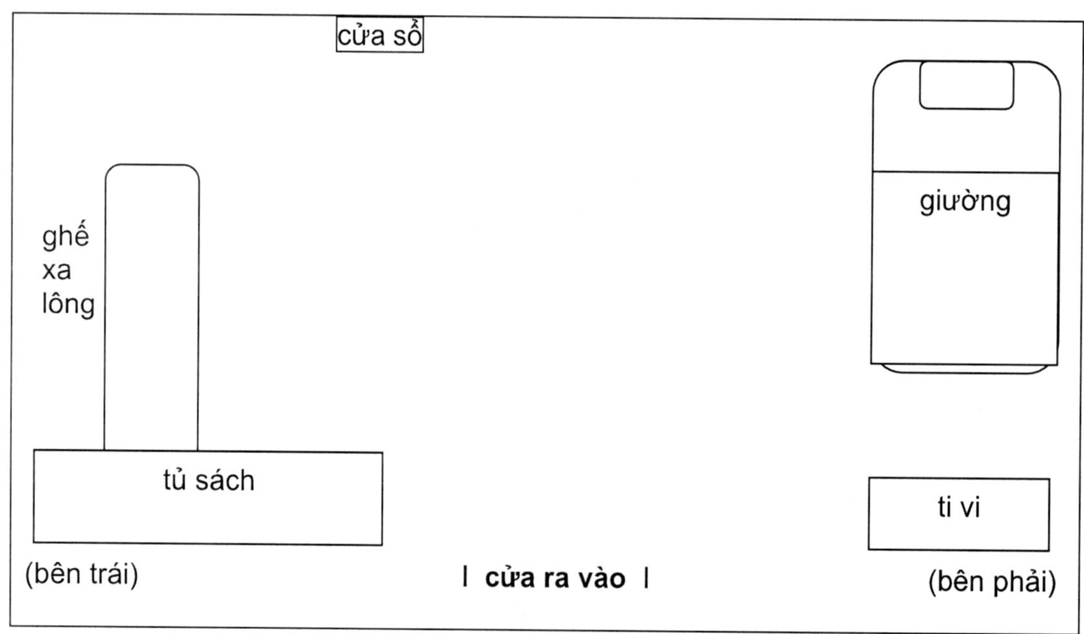

Phòng của Mai-Li

C. Hỏi thuê nhà
Trước khi nghe:

Audio Chapter **14 #C** via: https://presslenguyen.wixsite.com/lenguyenpress/wb-listen

After reading the following ads, Lâm decides to call and make an appointment to see ONE of them. Read all those ads FIRST, then listen to the dialogue between him and the landlord/landlady and <u>take notes.</u>

*Excerpted from: Rao vặt section of http://vnexpress.net/User/Rao-vat/

#1

<u>Tiêu đề</u>	**Cho SV thuê phòng giá rẻ - TPHCM**
<u>Nội dung</u>	Cho SV nữ thuê phòng giá $3 500 000/phòng (2 người), phòng rộng thoáng mát, nhà tầng, khu vệ sinh, tắm giặt, nấu tách biệt, an ninh, điện nước tốt.
<u>Liên hệ</u>	Chị Thuận (vào các buổi tối sau 22 giờ)
<u>Địa chỉ</u>	Phường 3, Quận 3
	(028) 45.343.388

#2

<u>Tiêu đề</u>	**Cho thuê nhà chung cư Trần Nhật Duật - Q1 TPHCM**
<u>Nội dung</u>	Phòng 50m vuông, 1 phòng ngủ, 1 PK, nhà bếp, thiết kế gọn gàng, tiện lợi, lầu 5, có thang máy, khu vực tiện đi lại, gần chợ Tân Định.
<u>Liên hệ</u>	Thủy Nguyễn
<u>Địa chỉ</u>	48/17E Hồ Biểu Chánh ; P. 11, Q. Phú Nhuận
<u>Điện thoại</u>	(028) 49.970.381
<u>Email</u>	thuy_jp@yahoo.com

#3

<u>Tiêu đề</u>	**Cho thuê phòng tại Quận 1- TPHCM**
<u>Nội dung</u>	Cho thuê 02 phòng trong 1 căn nhà 1 trệt 2 lầu mới xây, kiến trúc đẹp, gần ngã tư Lê Thị Riêng- Bùi Thị Xuân, Phạm Viết Chánh. Khu vực yên tĩnh, gần chợ, khu mua sắm, nhà thờ, bệnh viện, trường học. Giá: 3 triệu- 4,5 triệu/phòng/tháng, bao điện nước. Xin liên hệ cô Trang.
<u>Liên hệ</u>	Cô Trang
<u>Địa chỉ</u>	143/12- Lê Thị Riêng – P. Bến thành- Q. 1 - TPHCM
<u>Điện thoại</u>	(028) 92.520.165
<u>Email</u>	xtham2@yahoo.com

#4

Tiêu đề	**Cho thuê căn hộ cao cấp đấy đủ tiện nghi tại Q. Bình Thạnh**
Nội dung	Căn hộ 64m2, 2 phòng ngủ có máy lạnh, phòng khách, bếp, toilet... Và toàn bộ tiện nghi TV, tủ lạnh, máy giặt, bàn ghế, kệ, giường, điện thoại,.an ninh, sạch sẽ
Liên hệ	Luyên
Địa chỉ	Tp. HCM
Điện thoại	(028) 74.605.234
Email	misshualon@yahoo.com

#5

Tiêu đề	**Có phòng cho nữ thuê**
Nội dung	Địa chỉ: 16F/J10 đường 3/2 P14 Q10. Nhà mới xây phòng thoáng mát, sạch sẽ, yên tĩnh, khu vực trung tâm, an ninh, có nhu cầu xin liên hệ chị Thắng.
Liên hệ	Chị Thắng
Địa chỉ	16F/J9 đường 3/2 P.14 Q.10
Điện thoại	(028) 44.865.664
Email	tppptnnn@hcm.vnn.vn

Hãy lắng nghe

Listen to the dialogue between Lâm, a prospective renter, and a landlord of one of the places above.

1. Take notes from the dialogue.

    Description of the apartment: ____

    ____

    Location ____

    Price: ____

2. Now, skim and scan the above ads again and figure out which ad # Lâm was interested and called to find out more information.

    Ad # ________________

3. Role play: One student is the renter, the other is the landlord.

CHAPTER 15 – Transportation and Travel

TẬP VIẾT & TẬP ĐỌC

A. Lời khuyên - *Advice*

Imagine you are about to travel to Vietnam this summer. What kind of advice do you think your parents and your pen pal in Vietnam would give you? Write 6 pieces of advice that you might expect from them. You can talk to your parents to find out what they would **really** say or talk to someone who traveled to Vietnam before.

*Hint: Use *dừng* and *hãy*.

1. ____

2. ____

3. ____

4. ____

5. ____

6. ____

B. Ai giỏi hơn? – *Who is better?*

Following is a table showing a group of Vietnamese students' abilities.

What can they do?	Driving car 🚗	Riding bicycle 🚲	Speaking English	Singing karaoke ♪
Lân	🚗 🚗 🚗	🚲 🚲 🚲	700 từ (word)	♪ ♪ ♪
Thy	🚗 🚗	🚲	300 từ	♪ ♪ ♪ ♪
Ngọc	🚗 🚗 🚗 🚗	🚲 🚲	1000 từ	♪ ♪
Oanh	---	🚲 🚲 🚲 🚲	400 từ	♪ ♪ ♪ ♪
Tuyền	🚗	🚲 🚲 🚲	------	♪ ♪ ♪ ♪ ♪ ♪

Look at the table, read the following statement, and check the appropriate box. If the statement is false, write the correct statement in the space provided. Đúng = *True*; Sai = *False*

Đúng   **Sai**

☐   ☐   a.   Lân lái xe hơi **giỏi nhất**. ____________________________________

☐   ☐   b.   Tuyền đi xe đạp **giỏi hơn** Ngọc và Thy._______________________

☐   ☐   c.   Oanh hát karaoke hay **như** Thy._____________________________

☐   ☐   d.   Thy hát karaoke **dở hơn** Tuyền nhưng hay hơn Ngọc._________

☐   ☐   e.   Ngọc nói tiếng Anh **giỏi hơn hết**. ________________________

☐   ☐   f.   Lân đi xe đạp **giỏi như** Oanh. ___________________________

☐   ☐   g.   Thy và Tuyền chơi ten nít hay **như nhau**. _________________

☐   ☐   h.   Tuyền **không biết** lái xe hơi. ___________________________

C . ....bao giờ chưa / lần nào chưa?

1.   Write down whether you have done each of the following using ***chưa bao giờ*** or ***# lần rồi***.
     Then <u>ask at least three classmates whether they have ever done these things</u>.
     When the interview is completed, report what you find out <u>in full and complete sentences</u>.

     a.   going to Vietnam   c.   writing a letter in Vietnamese   e.   cooking a VN dish
     b.   riding a motorbike   d.   working as a waiter/waitress   f.   watching Thúy Nga Paris by Night

   Your experience:

   1) ____

   2) ____

   3) ____

   4) ____

   5) ____

   6) ____

2.   Report what you find out below:

   ____

   ____

   ____

   ____

   ____

D. Chỉ đường: Based on the map below, complete the following sentences.

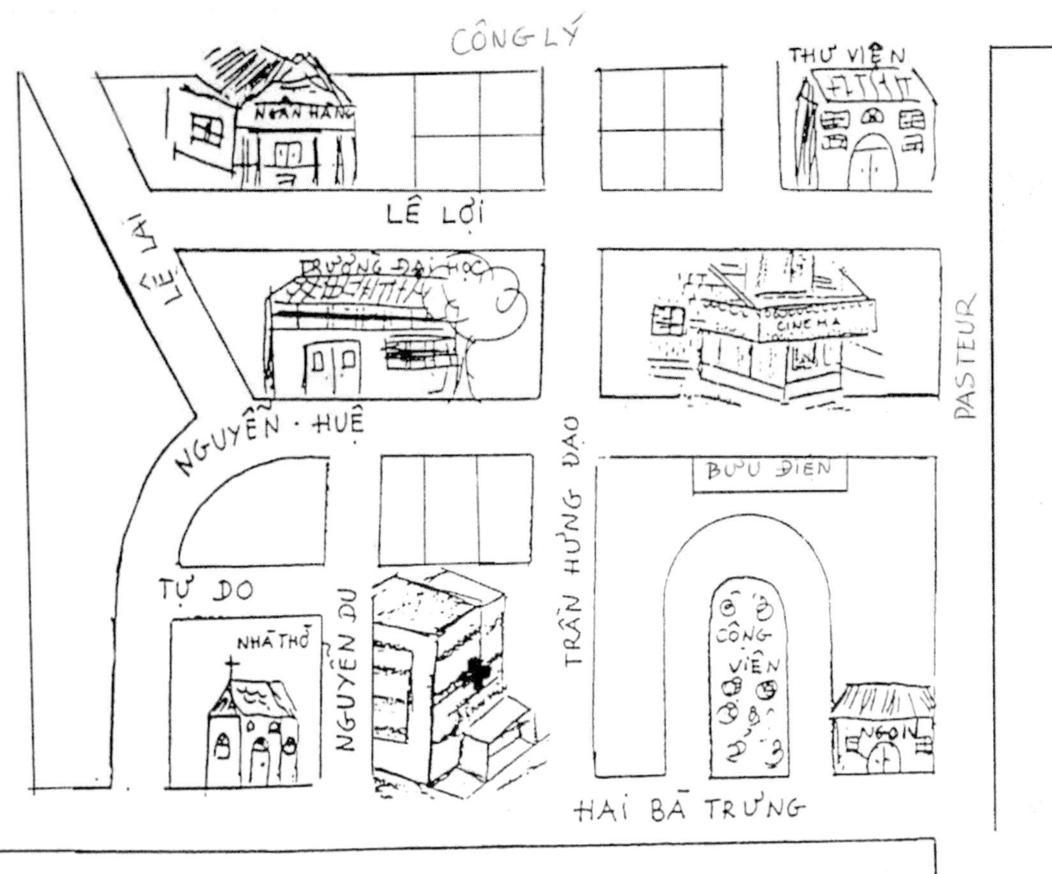

1. Từ nhà thờ đến thư viện, cô đi ____

   ____

2. Từ trường học đến hiệu ăn Ngon, cô đi _______________________________

   ____

3. Từ ngân hàng đến công viên, bà đi ___________________________________

   ____

4. Từ rạp xi nê (cinema) đến nhà thương, bà đi ___________________________

   ____

E. Tập đọc 1

Trước khi đọc

1. Bạn có bao giờ đi xe đạp từ nơi bạn đang ở đến một thành phố khác chưa? ________________

2. Bạn nghĩ đi xe đạp ngang nước Mỹ mất bao lâu? ________________

3. Bạn có biết ai đã đi xe đạp xuyên (*across*) nước Mỹ không? ________________

<u>Từ vựng cần biết:</u>

hành trình – *itinerary*   chuyện viên – *specialist*   phiêu lưu – *adventure*   bỏ việc – *to quit a job*

Hãy đọc

-Bài đọc này được trích từ trang web của Đài Tiếng Nói Hoa Kỳ (*Voice of America*)

http://author.voanews.com/vietnamese/2006-11-13-voa20.cfm

-Remember that you do not have to know the meaning of all vocabulary in this passage to understand what it is about and to answer the questions in **Sau khi đọc**.

Maggie Nguyễn và cuộc hành trình xuyên nước Mỹ bằng xe đạp

Maggie Nguyễn

Đi xe đạp băng qua chiều ngang nước Mỹ là một cuộc phiêu lưu rất ít người dám nghĩ đến. Vậy mà một thiếu nữ người Việt đã làm được chuyện này.

Cô Nguyễn Mỹ Dung, một chuyện viên điện toán, sẽ kể lại hành trình mà cô đã thực hiện trong mùa hè vừa qua trong Câu Chuyện Phụ Nữ với Minh Phượng.

Cô Nguyễn Mỹ Dung, tên Mỹ là Maggie Nguyen, theo gia đình sang định cư ở Hoa Kỳ năm 1975 lúc cô mới 5 tuổi. Còn nói được tiếng Việt tuy không trôi chảy mấy, cô có lối sống và cách suy nghĩ mang nhiều tính Mỹ hơn. Tỷ như dám bỏ việc để thực hiện giấc mơ đi xe đạp suốt chiều ngang nước Mỹ, và như thân phụ cô thừa nhận, cô mê thể thao đến mức tìm mãi cũng chưa được một ý trung nhân có cùng sở thích.

Minh Phượng đã nói chuyện với cô Maggie Nguyễn khi cô vừa trở về New York sau khi thực hiện cuộc hành trình từ thành phố ở miền đông nước Mỹ này đến thành phố San Francisco ở vùng vịnh miền tây Hoa Kỳ.

Sau khi đọc

1) Guess and write down the English equivalent of the title: *"Maggie Nguyễn và cuộc hành trình xuyên nước Mỹ bằng xe đạp.*________________

2) Now, skim the passage for main ideas. Write main ideas in English in 4-5 sentences.

____

____

____

____

3) Next, scan the passage to answer the following questions:

    a. Cô Mỹ Dung làm nghề gì? ____

    b. Năm nay cô bao nhiêu tuổi? ____

    c. Cô sống ở Mỹ được bao nhiêu năm rồi? _________________________________

    d. Cô đã đi xe đạp từ đâu _______________ đến đâu?

    e. Cô đã thực hiện cuộc hành trình này vào mùa nào?___________________________

    h. Sở thích của cô là gì? ____

    *You will have the chance to listen to a partial interview of Mỹ Dung in Listening Activities, p. 73.

4) Write a short email message or letter to make acquaintance with Mỹ Dung. Be sure to ask her questions about her bicycle trip in Vietnam and tell her about your plan of a trip of your dream.

F. Bài đọc 2
Trước khi đọc
-Bạn đã đi bơi ở sông bao giờ chưa? Nếu có, bao giờ, ở đâu?
-Bạn nghĩ một khu du lịch ở gần sông sẽ có những môn thể thao nào cho khách du lịch?
-Bạn nghĩ giá tour du lịch ở Việt Nam thường bao gồm (*include*) những gì?

Hãy đọc
Hãy đọc thông tin về một tour du lịch do công ty du lịch Tràng An tổ chức ở trang sau.

Sau khi đọc

    1. Hoàn thành những câu sau:

        a. Chuyến đi Bò Cạp Vàng – đảo Hoa Gió dài (*last*)_________________________.

        b. Trước, khách du lịch sẽ đi đến Đồng Nai – Cù Lao Giấy bằng ________________.

        c. Sau đó thì đi _________________ đến khu Du lịch Bò Cạp Vàng.

        d. Khách đi tour này sẽ được ăn hai bữa_______________ và _____________ mà (*but*)

            không phải trả thêm (*additional*) tiền.

        e. Khách sẽ được chơi những môn thể thao như (*as*)______________, ______________,

            _______________________ và bơi ở ______________________________________.

2. Bạn nghĩ giá tour này đắt hay rẻ? Tại sao vậy? _____________________________________

    ____

3. Nếu đến thăm Sài Gòn, bạn có định đi tour này không? Tại sao thế? ___________________

    ____

DÃ NGOẠI CUỐI TUẦN : SÀI GÒN - BÒ CẠP VÀNG - ĐẢO HOA GIÓ (1 ngày)

thư giãn - tắm sông - thưởng thức món ăn ngon

Thời gian: 01 ngày	**Ngày đi:** thứ bảy / chủ nhật mỗi tuần
Giá: $ 650 000 /1 khách	**Phương tiện:** ô tô

Ngày 1:

-06h:00: Xe & Hướng dẫn viên đón quí khách tại điểm hẹn.

-06h:15: Khởi hành đi Đồng Nai .

-08h:00: Đến Cù Lao Giấy - Đi thuyền sang Khu Du Lịch Bò Cạp Vàng – Đảo Hoa Gió .

Tại đây quí khách tự do thưởng ngoạn phong cảnh lãng mạng của Khu Du Lịch Bò Cạp Vàng bên bờ sông thơ mộng – nước sông ở đây trong xanh hơn nước biển, Quí khách có thể tự do chơi các trò chơi thể thao như: chèo thuyền, xe đạp trên nước, câu cá và tắm sông .

-12h:00: Dùng cơm trưa Picnic với đặc sản : Cá lóc nướng trui, gà hấp lá ổi, lẩu chua,….

Sau đó quí khách tự do thư giãn .

-15h:00: quí khách rời Khu du lịch Bò Cạp Vàng để về TP. HCM.

-17h:00: Kết thúc chương trình tham quan!

Bao gồm :

Xe du lịch đời mới – máy lạnh - ghế bật . Bảo hiểm du lịch cho du khách .

Phục vụ : khăn lạnh , nước khoáng chai .

Hướng dẫn viên / 01 xe suốt tuyến để hướng dẫn và tổ chức trò chơi..

01 ăn sáng các món tự chọn như : Phở – Hủ Tiếu bò, gà, ốp la – uống trà .

01 ăn trưa – 04 món / 01 phần tại nhà hàng theo thực đơn đã nêu trên.

Nhà + võng tại Khu du lịch Bò Cạp Vàng .

Quà lưu niệm : 01 nón du lịch …..

Không bao gồm : Các chi phí ngoài phần bao gồm.

Địa chỉ liên hệ: *CÔNG TY DỊCH VỤ DU LICH TRÀNG AN*
1165 Trần Hưng Đạo, Phường 5, Quận 5, TP. HCM , Viet Nam
*Tel : (84.8) 838 3755 - 838 3756 - 838 3754 - 9239 341 * Fax : (84.8) 838 3754*
Email : trangantour@pmail.vnn.vn hoac trangantour@vnn.vn
Yahoo Messenger : dulichtrangan_2005 (trong giờ hành chánh hoặc ngoài giờ xin hẹn trước)
http://www.trangantourism.com

Source: http://www.webdulich.com/tour_index.php?act=tour_detail&tour_id=1340

TẬP NGHE 🎧

A. Tập nghe A

Audio **Chapter 15 #A** via: https://presslenguyen.wixsite.com/lenguyenpress/wb-listen

You will hear people compare:

a. different modes of transportation

b. the location of their home in relation to school or

c. the ages of people they know

d. foreign languages learned

e. sizes of different rooms in a house

f. favorite food

Listen and <u>number</u> the things they mention from the LEAST to the MOST. Write N/A if no information is provided.

1. gần nhà: ___ Đa Kao   ___ Chợ Lớn   ___ Tân Định

2. lớn tuổi: ___ Hồng   ___ Nhung   ___ Nga

3. dễ: ___ tiếng Việt   ___ tiếng Nga   ___ tiếng Nhật

4. rộng: ___ phòng khách   ___ phòng ngủ   ___ phòng ăn

5. thích: ___ cơm Mỹ   ___ cơm Việt   ___ cơm Thái

B. Tập nghe B:

Audio **Chapter 15 #B** via: https://presslenguyen.wixsite.com/lenguyenpress/wb-listen

You will hear people asking where the places below are. Listen to the directions to each place while tracing the routes on the below map. Then, **number** the correct places on the map.

đường Lê Thánh Tôn

| bệnh viện | bưu điện | | thư viện | đường Nguyễn Huệ | hiệu boba | hiệu kem |

đường Lê Lợi

công viên Chi Lăng — đường Lê Lai

| Vietcombank | quán cà phê | đường Hai Bà Trưng | trường học | | hiệu sách | hiệu xe đạp |

đường Nguyễn Du

| rạp xi nê | **bến xe buýt** | hiệu phở | hiệu ăn |

đường Trần Hưng Đạo

C. Cuộc phỏng vấn Maggie Nguyen/Nguyễn Mỹ Dung

Listen to an interview of Nguyễn Mỹ Dung done by **Voice of America** to find out more information about her cross country trip. Remember that you do not have to know all vocabulary used in this interview to understand what it is about and to answer questions on some specific information.

Trước khi nghe:

Từ vựng cần biết:

xin nghỉ việc – *to resign from a job*   dặm - *mile*   bộ - *foot*
công viên quốc gia – *national park*   người đồng hành - *travel companion*
tử tế - *be kind*   người xa lạ - *stranger*
mạnh dạn – *be strong; forceful*   theo đuổi điều mình mơ ước – *to pursuit your dream*

Hãy nghe

Listen to the audio clip of the interview:

Audio **Chapter 15 #C** via: https://presslenguyen.wixsite.com/lenguyenpress/wb-listen

Trong và sau khi nghe

1. Listen through the whole audio clip to get the gist of the interview and validate what you guessed.
2. Now, listen to the audio clip again and pause if needed to complete the following sentences with information you hear:

    a. Mỹ Dung làm kỹ sư cho ____

    b. Cô phải ______________________ vì cuộc hành trình của cô dài ______________________

    c. Cô đi xe đạp từ New York từ ngày __________________ đến San Francisco ngày__________

    d. Cô đã đạp xe được __________________ dặm hay ______________________________ km.

    e. Cô đã thực hiện cuộc hành trình này vì cô nghĩ nó rất ______________________________

    f. Cô đã sửa soạn cho cuộc hành trình này trong ______________________________________

    g. Cô đã đạp xe qua __________________ tiểu bang nước Mỹ.

    h.. ______________________ , ____

        và ____ là những nơi cô thích nhất.

3. Answer the following questions in English

    a. Has she ever traveled to Vietnam before? ____

    b. When did she plan to ride a bike across Vietnam?__________________________________

    c. What is her message for the young people who also like bicycling? ____________________

    ____

CHAPTER 16 - At the Hotel

TẬP VIẾT & TẬP ĐỌC 

A. Khách sạn

Hãy đọc thông tin về hai khách sạn dưới đây. Sau đó, <u>trả lời những câu hỏi</u> của khách du lịch hoặc cho biết thêm thông tin về hai khách sạn này như là bạn đang làm việc cho hai khách sạn này.

Answer the questions and/or provide detailed information about each hotel with complete sentences in Vietnamese, as if you work there. Feel free to invent!

Khách sạn Indochine

Địa chỉ: Số 87 Cửa Đại, Thành phố Hội An, Tỉnh Quảng Nam
Tel: 02353923601 - 02353923602 - 02353923603; Fax: 0235 3923400
E: info@hoianindochine.com
W: hotel84.com/hoi-an/khach-san-indochine.html
Số phòng:

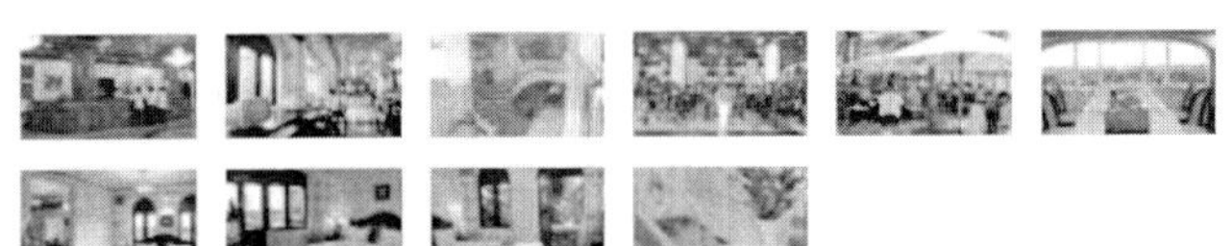

Khách sạn Indochine Hội An là khách sạn 3 sao, mang dáng dấp của một tòa nhà kiểu Pháp vào những năm đầu của thế kỷ 20. Indochine là sự kết hợp hoàn hảo của không gian tuyệt vời, tiện nghi hiện đại cùng dịch vụ thân thiện, chu đáo.

LOẠI PHÒNG	GIÁ PHÒNG	TIỆN NGHI	DỊCH VỤ	VỊ TRÍ	NHẬN XÉT

Khách sạn Indochine Hội An có sân vườn, bể bơi ngoài trời, bể bơi trẻ em, trung tâm thể dục, nhà hàng, quán bar, bãi đỗ xe và 65 phòng nghỉ sang trọng.

Mỗi phòng nghỉ đều được trang bị điều hòa, tivi truyền hình cáp, minibar, két sắt, bàn làm việc, wifi... Tất cả các phòng đều có phòng tắm riêng nóng lạnh với bồn tắm và đồ dùng cá nhân.

Deluxe garden view
Deluxe river view
Phòng 3 người
Family

1. Khách sạn này ở đâu? ____.

2. Chúng tôi có hai đứa con, chúng rất thích hồ bơi, còn chúng tôi thì thích tập thể dục khi đi du lịch.

____

____

3. Mùa hè ở Việt Nam rất nóng, chúng tôi muốn thuê phòng khách sạn có máy lạnh và có đài cáp.

____

4. Khách sạn này có phòng lớn cho gia đình 4 người không? Tiền phòng bao nhiêu?

____

Khách sạn Sunny guest house

Địa chỉ: Trần Hưng Đạo, Khu Phố 7, Thị Trấn Dương Đông, Phú Quốc
Tel: 077 3992048; **Fax:** 077 3994912
E: sunnyphuquoc@yahoo.com; phuquocsunny@gmail.com
W: hotel84.com/phu-quoc/khach-san-sunny-guest-house.html
Số phòng:

Sunny Resort được tọa lạc trên đường Trần Hưng Đạo . Từ trục đường chính các bạn đi vô khoảng 75 mét và mất khoảng 10 phút từ sân bay Phú Quốc tới Sunny Resort của chúng tôi . Được trang bị hệ thống máy lạnh , tủ lạnh và ti vi mới cùng hệ thống wifi và hệ thống nước nóng năng lương mặt trời sẽ mang đến cho bạn sự thoải mái và tiện lợi khi bạn nghỉ tại Sunny .

Từ Sunny Resort xuống biển chỉ mất 3 phút đi bằng xe honda . Đặc biệt chúng tôi luôn có xe đi thăm quan khu nuôi cấy ngọc trai miễn phí cho khách . Nếu bạn muốn thuê phòng trong thời gian dài , chúng tôi sẽ có giá rẻ dành cho bạn .

LOAI PHÒNG	GIÁ PHÒNG	TIỆN NGHI	DỊCH VỤ	VỊ TRÍ	NHẬN XÉT

PHÒNG TẬP THỂ VỚI QUAT, WIFI, NƯỚC NÓNG
- Phòng tập thể 6 giường đơn - Phòng tập thể 8 giường đơn + Giá : 160.000/1 khách

PHÒNG TIÊU CHUẨN HƯỚNG VƯỜN
Phòng có máy lạnh , tivi , wifi , nước nóng, tủ lạnh

1. Khách sạn này ở đâu, từ sân bay tới khách sạn mất bao lâu? Thế còn từ khách sạn đi ra biển (*ocean*) thì sao?

____

2. Khách sạn có mấy loại phòng? Trong mỗi loại phòng có những gì?

____

3. Nhóm chúng tôi có 8 người, tiền phòng tập thể cho 8 người là bao nhiêu một ngày?

____

B. Đặt phòng khách sạn

Before his trip to Đà Lạt, Mr. Tuệ made reservation for his family at Xuân Hương hotel via email. He just received a reply message from the hotel. Read and complete this message with the following words and phrases.

phòng đôi	ngày 25 tháng 3	ngày 31 tháng 3	điều hòa	máy nước nóng
đặt phòng	tủ lạnh	chuyến đi	điện thoại	$950.000 đồng
tầng trệt	ra đón ở sân bay	dịch vụ	bao ăn sáng	khách sạn

Kính gửi ông Tuệ,

Chúng tôi xin cám ơn ông đã ____________ với khách sạn của chúng tôi. Chúng tôi sẽ chuẩn bị sẵn hai phòng ____________ cho 4 người từ ngày ____________ đến ngày ____________ như ông đã đặt. Mỗi phòng đều có ____________, ____________ và ____________. Giá mỗi phòng là ____________ /ngày và có ____________.

Phòng ăn tại ____________ mở cửa từ 6 giờ sáng đến 9 giờ sáng.

Nếu cần phương tiện di chuyển từ sân bay đến ____________, xin ông cho chúng tôi biết giờ đến và số chuyến bay, chúng tôi sẽ cho người ____________. Giá xe 4 chỗ là $350.000 đồng/chuyến,

Xin ông cứ liên lạc với chúng tôi nếu cần ____________ nào khác. Chúc gia đình ông một ____________ bình an và may mắn.

Kính thư,
Nguyễn Thế Thẩm
Quản lý khách sạn

C. Than phiền - *Complaints*

You just moved in a one-bedroom apartment last week but have already encountered many problems:

1. both the refrigerator and the air conditioner do not work properly
2. the light bulb (*bóng đèn*) in the bathroom is burnt out (*bị cháy*)
3. there is no hot water in the apartment

Call the landlord to report these problems and write out the conversation.

Reng! Reng!

Chủ nhà:	A lô!
You:	____
Chủ nhà:	____
You:	____

____

____

____

Chủ nhà:	____
You:	____
Chủ nhà:	____
You:	*Cám ơn ông.*

D. Đi du lịch

Write about one of your most favorite trips, especially about the accommodation and sightseeing tours of that trip. Feel free to invent!

____

____

____

____

____

____

____

E. Tập đọc

Trước khi đọc

-Bạn có nghe từ *"Tây ba lô"* bao giờ chưa? Bạn nghĩ *phố Tây ba lô* là phố như thế nào? Ở đâu?

-*Ba lô* là từ người Việt Nam mượn từ tiếng Pháp (*le ballot*), nghĩa tiếng Anh là *backpack*.

Hãy đọc

-Hãy đọc những trích đoạn sau đây của hai bài phóng sự về *Phố Tây ba lô* trên trang web của báo *Thanh Niên Online* và đài **Radio Free Asia**. Hãy nhớ rằng bạn không cần phải hiểu tất cả (*all*) mọi từ trong bài đọc này để có thể hiểu và trả lời câu hỏi ở phần Sau khi đọc.

Phố Tây ba lô

"Phố Tây ba lô" là tên nhiều người dân đặt cho khu phố có 3 con đường giao nhau gồm Phạm Ngũ Lão - Đề Thám - Bùi Viện (Q.1, TP.HCM). Tên gọi trên xuất phát từ việc ở khu vực này tập trung nhiều người nước ngoài đến lưu trú theo kiểu "du lịch ba lô". Cuộc sống, sinh hoạt ở khu phố này tấp nập, rộn rã suốt ngày đêm. Bên cạnh hệ thống khách sạn, phòng trọ, quán ăn, nhà hàng, cà phê, bar... luôn nhiệt tình chào đón, phục vụ du khách …

Thanh Niên online
http://www2.thanhnien.com.vn/Xahoi/Phongsu/2005/11/4/127854.tno

#1

"Gọi là Tây Ba Lô vì tụi nó cứ đeo cái balô đi vòng vòng hết. Họ vô những nhà dân, những nhà có một hai chỗ cho mướn 3 đô, 5 đô, để họ ngủ rồi sáng họ đi la cà chơi, tối họ về, có chỗ ngả lưng… Chúng tôi kêu họ là "Tây Ba Lô" vì lúc nào họ cũng đeo cái ba lô đi lòng vòng.."

Một chủ khách sạn - Radio Free Asia

#2

"Tôi sẽ ở đây vài ngày nữa…Tình cờ tôi biết đến khu phố này, có người chỉ cho tôi khu phố này và với giá chỉ chừng 25 hay 30 đô la mà tôi cũng vẫn có được một căn phòng rất tiện nghi và thoải mái. Hơn nữa, ở nơi này, tôi thực sự có được sự nghỉ ngơi yên tĩnh, vì sau khi đi ra ngoài du lịch, hay đi chơi về, tôi không bị tiếng còi xe ồn ào làm cho mất ngủ..."

Một thanh niên tên Howard

Radio Free Asia -

http://www.rfa.org/vietnamese/in_depth/2006/02/07/ForeignersTownInSaigonP1_PAnh/

#3

1. Reading passage #1 is about ____

2. Reading passage #2 is about ____

3. Reading passage #3 is about ____

4. Where is Phố Tây ba lô located? ____

5. What types of businesses tailored toward the needs of this unique group of tourists to VN?

    ____

6. What are the lowest and highest rates of accommodation tourists expected to pay when staying

    in Phố Tây ba lô? ____

7. Tại sao anh Howard thích ở trong khu phố Tây ba lô? ___________________________

8. Nếu đi du lịch Việt Nam, bạn có sẽ thuê khách sạn hay nhà trọ (*boarding house*) ở phố Tây

    ba lô không? Tại sao vậy? ____

    ____

    ____

    ____

TẬP NGHE 🎧

A. Thuê phòng khách sạn

Audio **Chapter 16 #A** via: https://presslenguyen.wixsite.com/lenguyenpress/wb-listen

The people below have just arrived in Tân Sơn Nhất airport in Sài Gòn. They each dialed a hotel and received a recorded message. Listen to these messages and check what you think each caller will do next and brief reasons of your choice.

1.

a.___ make reservation
b.___ try a different hotel
Because ___________________
____
____

2.

a.___ make reservation
b.___ try a different hotel
Because ___________________
____
____

3.

a.___ make reservation
b.___ try a different hotel
Because ___________________
____
____

4.

a.___ make reservation
b.___ try a different hotel
Because ___________________
____
____

5.

a.___ make reservation
b.___ try a different hotel
Because ___________________
____
____

6.

a.___ make reservation
b.___ try a different hotel
Because ___________________
____
____

B. Đặt phòng khách sạn

Audio **Chapter 16 #B** via: https://presslenguyen.wixsite.com/lenguyenpress/wb-listen

Bà Ninh gọi điện thoại cho khách sạn Asia ở Huế để đặt phòng cho chuyến nghỉ hè của gia đình bà. Hãy điền mẫu giấy đặt phòng sau đây trong khi nghe cuộc gọi giữa bà Ninh và nhân viên lễ tân.

<table>
<tr><td colspan="2" align="center">Khách sạn Asia – số 17 Phạm Ngũ Lão, Huế
ĐT: 84 234838388
Fax: 84 234828972</td></tr>
<tr><td colspan="2">Họ tên: ____

Địa chỉ: _______________Thành phố__________ Điện thoại: __________

Đặt thuê phòng từ ngày ________________ đến ________________________

Số phòng đặt thuê: _______ phòng đơn; _______phòng đôi; _______phòng gia đình

Số người: ______________

Giờ nhận phòng:________________________Giờ trả phòng: ________________</td></tr>
</table>

C. Tại khách sạn Asia

Audio **Chapter 16 #C** via: https://presslenguyen.wixsite.com/lenguyenpress/wb-listen

While you and your travel companion are waiting for your tour guide in the hotel lobby, you overhear various exchanges between hotel guests and the receptionist. Listen and then decide which of your travel companion's conclusion for each dialog is probable. <u>Circle the appropriate letter.</u>

Mini dialog #		**Conclusions**	
1. Người khách này đã	a. **có** đặt phòng trước	b. **không** đặt phòng trước
2. Người khách này	a. **sẽ đi** tour tham quan ngày mai	b . **đã đi** tour tham quan trưa nay
3. Hai người khách này	a. muốn **nhận phòng**	b. đang **trả phòng**
4. Người khách này sẽ	a. **đổi phòng** khác	b. **đợi** người ta **sửa máy lạnh**
5. Người khách này sẽ	a. đi tắc xi **ra sân bay**	b. đợi tắc xi đến đón **đi tham quan**
6. Gia đình này sẽ	a. **trở lại** khách sạn sau khi đi Đà Lạt	b. **trả phòng** và đi Sài Gòn